नारायण मूर्ती

मूल्यं जपणारं एक अद्वितीय आयुष्य

लेखक
एन. चोक्कन

गुजराती अनुवाद
आदित्य वासू

मराठी अनुवाद
अंजनी नरवणे

मेहता पब्लिशिंग हाऊस

Please contact us at **Mehta Publishing House,** Pune 411030.
✆ +91 020-24476924 / 24460313
Email : production@mehtapublishinghouse.com
Website : www.mehtapublishinghouse.com

- *या पुस्तकातील लेखकाची मते, घटना, वर्णने ही त्या लेखकाची असून त्याच्याशी प्रकाशक सहमत असतीलच असे नाही.*

NARAYAN MURTY : MULYA JAPNARA EK ADWITIYA AAYUSHYA by N. CHOKKAN
Originally Written in Tamil by N. Chokkan

नारायण मूर्ती : मूल्यं जपणारं एक अद्वितीय आयुष्य / चरित्र

अनुवाद : अंजनी नरवणे
Email : author@mehtapublishinghouse.com

प्रकाशक : सुनील अनिल मेहता, मेहता पब्लिशिंग हाऊस,
१९४१, सदाशिव पेठ, माडीवाले कॉलनी, पुणे ३०.

मुद्रक : पार्कसन्स ग्राफिक्स, १५, शहा इंडस्ट्रिअल इस्टेट,
वीरा देसाई रोड, अंधेरी (प.), मुंबई ४०० ०५३.

मुखपृष्ठ : आर.आर.शेठ आणि कंपनी यांच्या सौजन्याने

प्रकाशनकाल : फेब्रुवारी, २०१२ / जून, २०१२ / डिसेंबर, २०१३ /
मे, २०१७ / पुनर्मुद्रण : सप्टेंबर, २०२०

किंमत : ₹ १४०

P Book ISBN 9788184983296
E Book ISBN 9789353174842
E Books available on : play.google.com/store/books
www.amazon.in

प्रास्ताविक

'इन्फोसिस' ह्या जगप्रसिद्ध सॉफ्टवेअर कंपनीच्या संस्थापकांपैकी आणि देशातल्या प्रमुख उद्योगपतींपैकी एक, अशा नारायण मूर्तींच्या आयुष्याची कथा ही खरोखर दंतकथा वाटेल अशी आहे. ती वाचताना कित्येकदा वाचक थक्क होतो आणि कधी कधी तर सहानुभूतीनं काही वाचकांच्या डोळ्यांच्या कडा ओल्या होतात. एखादी व्यक्ती इतक्या उच्च स्थानावर कशी पोचू शकते, हे नारायण मूर्ती ह्या व्यक्तीच्या आयुष्यावर नजर टाकली तर समजू शकतं. त्यांच्या आयुष्यात काय काय आणि कसं कसं घडत गेलं, हे इथं सांगणं उचित ठरेल; कारण ते वाचल्यावरच, अनंत अडचणी येऊनही ते यशाच्या शिखरावर कसे पोचले हे समजू शकेल.

शाळेच्या अभ्यासात ते सुरुवातीपासूनच अतिशय हुशार होते. त्यांना आय.आय.टी.मध्ये प्रवेश मिळवायचा होता, म्हणून शाळेतून बाहेर पडल्यावर ते त्या अभ्यासाला लागले. प्रवेश परीक्षा झाली, निकाल लागला. हजारो परीक्षार्थींपैकी पास होणाऱ्यांमध्ये त्यांचा नंबर सतरावा होता! परंतु पुरेसं आर्थिक बळ नसल्याने त्यांना आय.आय.टी.मध्ये प्रवेश घेता आला नाही आणि नाइलाजानं त्यांनी इंजिनिअरिंग कॉलेजमध्ये प्रवेश घेतला. अर्थात तिथेही उत्कृष्ट काम करून ते इंजिनिअरिंग कॉलेजच्या पदवी परीक्षेत पहिल्या नंबरने पास झाले. त्यानंतर दैवाने साथ दिली आणि स्कॉलरशिप मिळाली, त्यामुळे ते कानपूरच्या आय.आय.टी.मध्ये एम.टेक. करू शकले.

अभ्यास पूर्ण झाल्यावर नोकरी करत असताना त्यांची ओळख सुधाताईंशी झाली. दोघं प्रेमात पडले आणि थोड्याच दिवसांत विवाहबद्ध झाले. लग्नाला फक्त आठशे रुपये खर्च आला, जो दोघांनी वाटून प्रत्येकी चारशे रुपये असा केला!

सुरुवातीपासूनच मूर्तींकडे पैशांची तंगी होती. लग्न ठरल्यापासून ते होईपर्यंत प्रेयसीबरोबर हिंडाय-फिरायला जाऊन खर्च करण्याइतके पैसे त्यांच्याकडे नव्हते. मूर्तींपेक्षा सुधाताईंचा पगार जास्त होता. म्हणून हिंडण्या-फिरण्याचा, खाण्या-पिण्याचा खर्च बहुतेक वेळा सुधाताईंच करत असत आणि एक गंमत म्हणून तो सगळा खर्च एका वहीत लिहून ठेवत असत. लग्नानंतर सुधाताईंनी ह्या सगळ्या खर्चाची बेरीज केली, ती चार हजार रुपयांपेक्षा जरा जास्तच होती! त्यांनी मग ती वही फाडून फेकून दिली.

शाळेत असताना मूर्ती काही कमी मस्तीखोर नव्हते. कॉलेजमध्ये तर ते आणि त्यांचे दोन मित्र ह्यांचं 'त्रिकूट' गमतीनं 'तीन जोकर्स' म्हणून ओळखलं जायचं. शाळेत असताना एकदा भूगोलाच्या तासाला शिक्षकांनी मूर्तींना एक प्रश्न विचारला, तेव्हा ते मित्राशी गप्पा मारण्यात रंगले होते. हे बघून शिक्षकांना राग आला आणि 'पृथ्वीचा गोल' म्हणून एक नारळ वापरत असत, तो त्यांनी फेकून मारला! त्या आठवणीनं अजूनही मूर्तींच्या अंगावर काटा येतो.

आय.आय.टी.मध्ये एम.टेक. केल्यावर मूर्तींनी अहमदाबादच्या इंडियन इन्स्टिट्यूट ऑफ मॅनेजमेंटमध्ये नोकरी धरली. दिवसाचे वीस तास काम असायचं आणि पगार होता महिना आठशे रुपये! त्यानंतर 'कॉम्प्युटर सॉफ्टवेअर डेव्हलपमेंट प्रोग्राम'तर्फे त्यांना पॅरिसला जाण्याची संधी मिळाली. तिथे घडलेल्या एका घटनेमुळे त्यांच्या आयुष्याची दिशाच बदलली.

पॅरिसहून परत येत असताना युगोस्लाव्हिया आणि बल्गेरियाच्या सीमेवर ते एका युवतीशी बोलत होते, तेव्हा कोणीतरी पोलिसांचे कान फुंकले आणि मूर्तींना हेरगिरी करत आहेत, ह्या संशयावरून पोलिसांनी अटक केली. त्यांना पोलीस कोठडीत साठ तास काढावे लागले. ह्या घटनेनंतर साम्यवादाबद्दल भ्रमनिरास होऊन मूर्तींनी निश्चय केला, की माणसानं खूप पैसा मिळविला पाहिजे आणि त्या पैशांनी गरजू लोकांना मदत केली पाहिजे.

त्यानंतर भारतात परत आल्यावर, असलेली छान नोकरी सोडून त्यांनी एक कंपनी सुरू करायचं ठरवलं. त्यासाठी त्यांनी त्यांच्या बायकोकडून – सुधाताईंकडून – दहा हजार रुपये उसने घेतले आणि १९८१ मध्ये त्यांच्या आणखी सहा मित्रांना बरोबर घेऊन पुण्यामध्ये 'इन्फोसिस'ची स्थापना केली. त्यांच्या कंपनीला फोन कनेक्शन मिळण्यासाठी एक वर्ष वाट बघावी लागली

होती. त्या मधल्या काळात ते कोपऱ्यावरच्या दुकानातल्या फोनचा उपयोग करत असत आणि बाहेरगावच्या फोनकॉल्ससाठी तासन् तास वाट बघावी लागे. परदेशातून कॉम्प्युटर आयात करण्यासाठी त्यांना तीन वर्षं लागली होती!

सुरुवातीची दहा वर्षं कंपनीला अनंत अडचणी आल्या. इतक्या की, कंपनी बंद करण्याची किंवा विकून टाकण्याची वेळ आली होती; परंतु खंबीर आत्मविश्वासाच्या बळावर मूर्तींनी कंपनी वाचवली. त्यांच्या त्या प्रचंड आत्मविश्वासामुळेच अगदी थोड्या भांडवलावर सुरू केलेली कंपनी जगातली एक प्रसिद्ध कंपनी होऊ शकली. बंगळुरूमधलं इन्फोसिसचं आवार हे जगातलं सर्वांत मोठं 'कॉम्प्युटर सॉफ्टवेअर' आवार आहे आणि आज सबंध जगभर कंपनीच्या शाखा-उपशाखा पसरल्या आहेत.

कित्येक वर्षांपूर्वीच त्यांनी ठरवलं होतं, त्याप्रमाणे कंपनीनंच स्थापलेल्या 'इन्फोसिस फाउन्डेशन'च्या गरजू लोकांना मदत करण्यासाठी कित्येक योजना आहेत आणि सरकारी व सेवाभावी संस्थांच्या सहकार्यानं मानव-संसाधन क्षेत्रात प्रगती करण्यासाठी कितीतरी कामं इथे होत असतात.

सात व्यक्तींनी सुरू केलेल्या 'इन्फोसिस'मध्ये आज नव्वद हजारांहूनही जास्त माणसं काम करतात. २००८ च्या आर्थिक वर्षात त्यांचं भांडवल चार अब्ज अठरा कोटी अमेरिकन डॉलर्सपेक्षाही जास्त होतं.

हे लहानसं पुस्तक ही भारताच्या आय.टी. उद्योगाचे महारथी नारायण मूर्ती ह्यांच्या आयुष्याची कथा आहे. आज नारायण मूर्ती लाखो युवक-युवतींचे आदर्श आणि मार्गदर्शक झाले आहेत. तमीळमधून गुजरातीत आणि गुजरातीतून मराठीत प्रकाशित होत असलेलं हे पुस्तक मराठी वाचकांना नक्कीच आवडेल; शिवाय प्रेरणात्मक आणि मार्गदर्शकही ठरेल.

– अंजनी नरवणे

अनुक्रमणिका

प्रेमच प्रेम

१

ते सात जण होते.

ते सगळे मुंबईला पी.सी.एस. – पटणी कॉम्प्युटर सर्व्हिसेसमध्ये नोकरी करत होते. सातही जण कॉम्प्युटर टेक्नॉलॉजीचे विशेषज्ञ होते. त्या सर्वांचं एक स्वप्न होतं. त्या सगळ्यांची खात्री होती, की जागतिक स्तरावर सॉफ्टवेअर उद्योगाचं भविष्य खूप उज्ज्वल असणार आहे. जो कोणी ह्या सोनेरी संधीचा ताबडतोब फायदा घेईल, तो प्रामाणिकपणानं आणि चांगली कमाई करू शकेल.

त्या सात जणांसाठी, पैसे कमावणं ही गौण गोष्ट होती. त्या सर्वांना फक्त माहिती तंत्रज्ञानामध्ये भारत मागे राहू नये याची काळजी होती. ह्या उद्योगात भारतीयांचं कौशल्य अजोड होतं. कोणी जर ह्या क्षेत्रात योजनापूर्वक काम केलं, तर देशाचं नाव उज्ज्वल होऊ शकणार होतं.

परंतु, ही काही सोपी गोष्ट नव्हती. म्हणून

ताबडतोब फायदा मिळवायला लागण्याचा लोभ सोडून त्या सर्वांनी धैर्यानं आणि सबुरीनं त्यांच्या ध्येयाकडे वाटचाल सुरू केली.

त्यांची स्वप्नं साकार करण्यासाठी आणि दीर्घ मुदतीच्या योजनेवर लक्ष केंद्रित करण्यासाठी जरूर होती, शांत डोक्यानं विचार करण्याची, काम करण्याचं स्वातंत्र्य असण्याची आणि अंग मोडून प्रचंड मेहनत करण्याची. पण ह्या सगळ्यापेक्षाही जास्त महत्त्वाची गोष्ट होती, दृढ निश्चय असण्याची– 'आम्ही हे नक्की करू शकू.'

ह्या सातही जणांमध्ये हे सर्व गुण होतेच होते; पण आणखी अनेक प्रश्न आ वासून उभे होते. त्यातला मुख्य प्रश्न होता– पैशांची तंगी!

त्या सर्वांचं ध्येय होतं– जागतिक दर्जाची एक नवी सॉफ्टवेअर कंपनी उभी करायची. पण त्यासाठी लागणारं आर्थिक भांडवल त्यांच्याकडे नव्हतं.

ह्या सातजणांपैकी एक होते नारायण मूर्ती– जे पटणी कॉम्प्युटर्सच्या सॉफ्टवेअर विभागाचे प्रमुख होते. एक नवी सॉफ्टवेअर कंपनी उभी करण्याच्या त्यांच्या दुर्दम्य इच्छेबाबत त्यांनी काही समविचारी सहकाऱ्यांबरोबर चर्चा केली. ते सर्व ह्या नव्या योजनेत भागीदार व्हायला तयार होते.

पण असं नुसतंच वरचेवर भेटत राहून आणि उच्च ध्येय ठेवण्याबद्दल बोलत राहून सॉफ्टेवअरचा धंदा सुरू करणं शक्य होणार नव्हतं. ह्या धंद्यात घालण्यासाठी प्रत्येक भागीदारानं शक्य तितके पैसे वाचवून भांडवल गोळा करायला हवं होतं.

नारायण मूर्तींना तर लहानपणापासूनच पैशांच्या तंगीचा अनुभव होताच. ते पुष्कळदा आर्थिक तंगीच्या विचारांमध्ये हरवून जायचे. ही तंगीच त्यांच्यासमोरची भिंत होती.

नारायण मूर्तींचा जन्म २० ऑगस्ट १९४६ मध्ये म्हैसूर संस्थानातल्या कोलार जिल्ह्यातल्या चिटलगट्टा गावच्या गरीब ब्राह्मण कुटुंबात झाला.

त्यांचे वडील नागावारा रामाराव एका हायस्कूलमध्ये शिक्षक होते. ते गणित आणि जीवशास्त्र (Biology) शिकवत असत. त्यांना आठ मुलं होती. पाच मुली आणि नारायण मूर्ती धरून तीन मुलगे. पैसे मिळवण्यासाठी काम करणारे ते एकटेच, त्यामुळे एवढ्या मोठ्या कुटुंबाचा उदरनिर्वाह करणं खूपच अवघड होतं.

तरी पण स्वत: शिक्षक असल्यामुळं रामारावांना हे ठाम पटलेलं होतं, की चांगलं शिक्षण मिळविणं, हीच महत्त्वाची गोष्ट आहे. त्यांचे वडील नेहमी म्हणायचे, ते मूर्तींना आठवतं, की आयुष्यातल्या अडचणींवर मात करण्याचा एकमेव उपाय चांगलं शिक्षण हाच आहे.

लहानपणीच आपल्या आई-वडिलांचं बोलणं-वागणं ऐकून-बघून नारायण शिकले होते की, खूप पैसे मिळवून चैनीचं आयुष्य जगण्यापेक्षा नीट अभ्यास करून ह्या जगाबद्दल ज्ञान मिळवणं जास्त चांगलं आहे. आई-वडिलांकडून ते हेही

शिकले, की माणसानं स्वार्थीपणा न करता समाजाच्या कल्याणाचा विचार करावा, कधीही खोटं बोलू नये, नेहमी सत्याची कास धरावी आणि कुठलाही त्याग करायला तयार असावं.

एका शिक्षकाची कमाई ती किती असणार? त्यामुळं अकरा माणसांच्या त्या कुटुंबाला (नारायण यांच्या आजीपण त्यांच्याबरोबर राहायच्या) बऱ्याचदा तुटवड्यांना आणि अडचणींना तोंड द्यावं लागायचं. नारायण आणि त्यांची भावंडं, सर्वांना वर्षातून एकदा, दिवाळीलाच नवे कपडे मिळायचे. तीन महिन्यांतून एकदा त्यांचे वडील त्या सगळ्यांना सिनेमाला न्यायचे. पण नारायण यांना सिनेमा किंवा तसल्या कुठल्या करमणुकीत रुची नव्हती. त्यांचा बराचसा वेळ पुस्तकं वाचण्यातच जायचा.

अडचणी खूप असल्या, तरी रामारावांचं लक्ष त्यांच्या मुलांना चांगलं शिक्षण मिळावं, इकडे होतं. नारायण शाळेत खूपच हुशार होते. ते खूप मनापासून, आवडीनं शिकायचे आणि एक चांगले विद्यार्थी म्हणून त्यांचं कौतुकही होत असे.

आई-वडील आणि सर्व शिक्षक ह्यांची नारायण खूप वाखाणणी करायचे. त्यांच्याबद्दल वाटणाऱ्या गाढ प्रेमादरामुळेच नारायणांनी खूप अभ्यास केला.

त्यांच्या वडिलांच्या वरचेवर बदल्या व्हायच्या. त्यामुळे नारायणना म्हैसूर, श्रीनिवासपूर, मांड्या, मेदिकरे आणि टुमकुरच्या सरकारी शाळांमधे शिकण्याची संधी मिळाली. त्यात एक शाळा शारदाविलास विद्यालय ही पण होती. परंतु ह्या वरचेवर होणाऱ्या बदल्यांचा किंवा गरिबीचा त्यांच्या अभ्यासावर काहीही विपरीत परिणाम झाला नाही.

तसं पाहिलं तर खूपच लहान वयात त्यांना ही समज आली होती, की गरीब असण्यात लाज वाटण्यासारखं काही नाही. त्यामुळं ते स्वाभिमानानं राहायचे. ह्या समज येण्याची त्यांना नेहमी खूप मदत होत असे; अजूनही होते.

मूर्तींचं कुटुंब जेव्हा म्हैसूरजवळ मांड्या गावी राहत होतं, तेव्हा घरी जळणासाठी म्हणून स्थानिक दुकानदाराकडून लाकडांचा भारा घेतला जाई. तो व्यापारी ही लाकडं जरा दूर असलेल्या, इमारतीची लाकडं विकणाऱ्या मोठ्या वखारीतून आणत असे. मूर्तींच्या आईला वाटलं, की घरातल्या कोणीतरी जाऊन त्या मोठ्या वखारीतूनच लाकडं आणली, तर ती स्वस्त पडतील. हे काम कोण करेल? त्यांना वाटलं, की घरात तीन मुलगे आहेत; मग कसली पंचाईत? त्यांनी मूर्ती आणि त्यांच्या भावांना हे सांगितलं आणि हे काम केलं, तर छोटंसं बक्षीस मिळेल, असंही सांगितलं.

मुलं ताबडतोब तयार झाली. ती सायकलवर वखारीपर्यंत जायची आणि लाकडाचे भारे सायकलला बांधून घेऊन यायची. ह्या छोट्याशा कामाबद्दल त्यांना

छोटंसं बक्षीस मिळायचं. तेवढ्याची ते काहीतरी 'चैन' करायचे. लहान वयात अशी छोटी 'मज्जा' करायला मिळायची, त्यामुळं अशी लहान-लहान कामं करायला त्यांना उत्साह असायचा.

वडील रामाराव ह्यांना इंग्रजी पुस्तकं वाचण्याची आवड होती. मूर्तींमधे वडिलांची ही आवड उतरली, त्यामुळे लहानपणीच त्यांनी शेक्सपिअर वाचून काढला होता.

रामारावांना पाश्चिमात्य संगीतही आवडायचं. रेडिओवर सिम्फनी ऐकायलाही आवडायचं. मूर्तींना त्या संगीतात काही समजत नसे आणि लोकांना ऐकण्यात काय मजा येत असेल, हे त्यांना उमजत नसे! एक दिवस त्यांनी वडिलांना विचारलंच, की ह्या संगीतात आवडण्यासारखं काय आहे? मग अगदी सोप्या-सरळ भाषेत पाश्चिमात्य संगीताचं वैशिष्ट्य रामारावांनी मूर्तींना समजावून सांगितलं.

रामारावांनी मूर्तींना सांगितलं, "शेकडो संगीतकार आणि वाद्यवादक एकाच वेळी आपापली वाद्यं वाजवतात. प्रत्येक वादक त्याच्या वाद्यातला जाणकार असतो, त्यात हुषार असतो. परंतु सिम्फनी संगीत वाजवताना ते सगळे, संगीतकारानं तयार केलेलं संगीत अतिशय सुंदर तऱ्हेनं, एकत्र मिळून वाजवतात आणि त्यामुळं त्या संगीतात एखादी दैवी साधना साकार झाली असेल, असं वाटतं."

वडिलांनी हे समजावून सांगितलं, त्यातून मूर्ती दोन गोष्टी शिकले. सिम्फनी संगीत ऐकायला तर शिकलेच; पण मूर्तींनी त्यातून आणखी एक निष्कर्षही काढला, की फक्त आपण हुशार असणं एवढंच महत्त्वाचं नाही; पण इतरांबरोबर समन्वय करून सर्वांनी एकजुटीनं चांगलं काम करणं, हे जास्त महत्त्वाचं आहे. ह्या घटनेतून ते फक्त इतरांबरोबर काम करणं एवढंच शिकले नाहीत, तर स्वत: सर्वांकडून एकत्र काम करून घेणारे फार मोठे व्यवस्थापकही झाले.

शाळेतला एक हुशार विद्यार्थी म्हणून मूर्तींचं सायन्स आणि गणितातलं कौशल्य जगजाहीरच होतं. वर्गात शिकवलं की ते लगेच त्यांच्या लक्षात राहायचं. ह्या विशेष कौशल्यामुळे जे विद्यार्थी त्यांची चेष्टा करत असत, त्या विद्यार्थ्यांमध्येही ते लवकरच लोकप्रिय झाले. एखादी गोष्ट किंवा परिस्थिती ते खूप शांतपणे समजावून सांगत असत आणि हे त्यांना जमत असल्यामुळं त्यांना शिक्षणक्षेत्रात प्रवेश मिळाला होता. त्यांच्या वर्गातली मुलंच नाही, तर वरच्या वर्गातले विद्यार्थीही त्यांच्याकडून अवघड प्रश्न सोडवून घ्यायला येत असत.

मूर्तींचा त्यांच्या वर्गात दर वर्षी पहिला नंबरच असायचा. त्यांच्या वयाच्या इतर मुलांपेक्षा मूर्तींना खेळामधे कमी रुची होती. त्यांचं सगळं लक्ष अभ्यासातच असायचं. ते शाळेत एकही दिवस गैरहजर नसायचे. एवढंच नाही, जाता आलं असतं, तर ते शनिवार-रविवारीही आनंदानं शाळेत गेले असते!

दहावीच्या परीक्षेत ते राज्यात चौथे आले. त्यांच्या त्या यशानं ते स्वत: खूप आनंदात होते, पण त्यांचे वडील जरा निराश होते. म्हणाले, "का चौथा नंबर? पहिल्या तीनमध्ये का नाही?"

मूर्तींनी तर वडिलांकडून शाबासकी मिळेल, अशी आशा केली होती– झालं उलटंच. ते खूप हिरमुसले, परंतु देवाच्या दयेनं त्यांच्या आईनं बाजू सावरून घेतली आणि मुलाला खूप-खूप शाबासकी दिली.

त्यानंतरच्या परीक्षेत मूर्ती राज्यात तिसरे आले. त्या वेळीही वडील संतुष्ट झाले नाहीत आणि म्हणाले, "बस? तिसरा नंबर?"

वडिलांच्या असंतोषाचं कारण हळूहळू मूर्तींच्या लक्षात येऊ लागलं. त्यांची इच्छा होती, की मूर्ती जे काही करतील, त्यात प्रथम स्थानावर यायचाच प्रयत्न केला पाहिजे. निकालावर असंतोष दाखवून ते आडवळणानं मूर्तींना जास्त चांगलं काम करून दाखवण्याची प्रेरणा देत होते.

हे लक्षात आल्यावर मूर्तींना वाटलं, की त्यांच्या मनातला एक बंद दरवाजा एकाएकी उघडला होता. त्यानंतर त्यांनी जे काही केलं, ते प्रथम येण्यासाठीच केलं. ते स्वत:च म्हणायचे, "मला पहिल्या नंबरवरच राहायचं आहे; त्यानंतरचे नंबर इतरांसाठी."

बुजऱ्या स्वभावाचे मूर्ती सहजपणे कोणाबरोबर मिसळू शकत नसत, परंतु अभ्यासात सर्वांत पुढे राहण्याची इच्छा दाबूनही ठेवू शकत नसत. त्यांच्या आई-वडिलांची त्यांच्या ह्या मुलाच्या बाबतीत खूप स्वप्नं होती.

त्याच वेळी त्यांच्या जवळच्या नात्यातल्या एकाला सरकारी नोकरी मिळाली आणि सर्वांनाच वाटू लागलं, की मूर्तींनीही अशीच एखादी नोकरी मिळवावी. परंतु हा विचार त्यांनी मनावर घेतला नाही. त्यांना फिजिक्स आणि गणित ह्या विषयांमध्ये जास्त रुची होती आणि म्हणून त्यांना आय.आय.टी.मध्ये जाऊन इंजिनिअर व्हायचं होतं. ते त्यांचं एक स्वप्न होतं.

आय.आय.टी.त प्रवेश मिळविणं खूपच अवघड होतं. तिथे शाळा आणि कॉलेजचे मार्क विचारात घेतले जात नसत. संस्थेकडून घेतल्या जाणाऱ्या विशेष परीक्षेला बसावं लागायचं. एक हजार जागा भरायच्या असत आणि त्यासाठी हजारो विद्यार्थी त्या परीक्षेला बसत असत.

ज्या वर्षी मूर्तींनी आय.आय.टी.ची परीक्षा देण्याचा प्रयत्न केला, त्या वर्षी बाराशे जागा भरणार होते. अजिबात न डगमगता मूर्तींनी परीक्षेची तयारी सुरू केली. त्यांना पूर्ण विश्वास होता, की ते उत्तम मार्क मिळवून पास होतील. त्या दिवसांमध्ये आय.आय.टी. परीक्षेसाठी कोणतीही विशेष ट्रेनिंग सेंटर्स नसत, खास पोस्टल अभ्यासक्रम नसत, की पुस्तकं नसत. लहान शहरांमधले विद्यार्थी ह्या परीक्षेला

बसत नसत; कारण बंगळुरू, चेन्नई, मुंबई आणि दिल्ली यांसारख्या मोठ्या शहरांमध्ये ह्या परीक्षेची तयारी करून घेण्यासाठी विशेष ट्रेनिंगच्या सोई होत्या. लहान शहरांमधल्या मुलांना क्वचितच काही मार्गदर्शन मिळायचं.

ह्या सगळ्या अडचणी असूनही मूर्ती डगमगले नाहीत. त्यांचा विश्वास होता, की कितीही अवघड परिस्थिती असली, तरी कठोर परिश्रम करून ते यश मिळवतीलच.

म्हैसूरच्या चामुंडी डोंगरात असलेली 'कोयिल थापु' ही जागा मूर्तींना फार आवडायची. तिथे जाऊन मूर्तींनी त्यांच्या मित्रांबरोबर आय.आय.टी.च्या अभ्यासाला सुरुवात केली. मित्रांचे मार्गदर्शक होऊन ते सर्व विषयांची विस्तृत चर्चा करत आणि परीक्षेची तयारी करत.

परीक्षेचा दिवस लवकरच जवळ आला. मूर्ती आणि त्यांच्या मित्रांचे नंबर बंगळुरू शहरात आले होते. तिथे जाऊन सर्वांनी परीक्षा दिली.

थोड्या आठवड्यांनंतर छान निकाल लागला. अखिल भारतीय पातळीवरच्या ह्या परीक्षेला बसलेल्या हजारो विद्यार्थ्यांमध्ये मूर्ती १७ व्या नंबरावर पास झाले होते. त्यांच्या कठोर परिश्रमांचं आणि योग्यतेचं हे बक्षीस होतं. ही काही सोपी गोष्ट नव्हती आणि अनेक दृष्टींनी ह्या यशाचं वैशिष्ट्य होतं. एका सामान्य कुटुंबात जन्मलेल्या, लहान गावात राहणाऱ्या मुलानं, कोणतीही मदत किंवा मार्गदर्शनाशिवाय हे यश मिळविलं होतं.

ह्या प्रवेश परीक्षेत मूर्तींच्या काही मित्रांनीही यश मिळविलं होतं. ते आता आय.आय.टी.मध्ये जायला खूप उत्सुक झाले होते.

पण मूर्तींचं हे स्वप्न धुळीला मिळालं, जेव्हा त्यांच्या वडिलांनी सांगितलं, "नाही बेटा, तू आय.आय.टी.ला जाऊ शकणार नाहीस."

कापऱ्या आवाजात मूर्तींनी विचारलं, "पण का पिताजी?"

"आपली आर्थिक स्थिती कशी आहे, तुला माहीत नाही का?" पिताजींनी उत्तर दिलं.

त्या वेळी वडिलांचा मासिक पगार रु. २५०.०० होता. ह्या एवढ्याशा पगारातून कुटुंबाचा उदरनिर्वाह, शिक्षण, मुलींच्या लग्नाचा खर्च– हे सगळं करायचं होतं. अशा परिस्थितीत मूर्तींचा आय.आय.टी.चा खर्च त्यांना परवडेल, असं त्यांना वाटलं नाही.

खरं म्हणजे, त्या दिवसांमधे आय.आय.टी.ची फी इतर कॉलेजांपेक्षा खूप कमी होती. परंतु आय.आय.टी.च्या विद्यार्थ्यांना होस्टेलमधेच राहावं लागे आणि तिथं राहण्याची व जेवणाची अशा दोन्ही फी भरायच्या असत. ती रक्कम काही लहान-सहान नव्हती. मूर्तींना आय.आय.टी.ची एक स्कॉलरशिपही मिळाली. पण ते पैसे

वर्षअखेर मिळत, तोपर्यंत सर्वच खर्च पालकांनी करायचा असे. तो परवडण्याची रामारावांची आर्थिक ताकद नव्हती.

वडिलांना मूर्तींच्या स्वप्नांची कल्पना होती, पण कुटुंबाच्या आर्थिक स्थितीचीही होती. चांगली गोष्ट ही झाली, की कुटुंबाची परिस्थिती मूर्तींच्या लक्षात आली आणि स्वतःचं दुःख व निराशा त्यांनी गिळून टाकली.

तरीही सगळंच संपलं नव्हतं. जर इच्छा असली, तर मूर्ती इंजिनिअरिंगला जाऊ शकत होते आणि तेही स्थानिक कॉलेजात. तो खर्च करणं त्यांच्या वडिलांना शक्य होतं.

मूर्तींनीही होकार दिला. इतक्या लहान वयात जो समजूतदारपणा दाखवला, वडिलांची अडचण समजून घेऊन ते जसे वागले; ती दाद देण्यासारखीच गोष्ट होती. स्वतःच्या कुटुंबासाठी त्यांनी जो स्वार्थत्याग केला, स्वतःचं स्वप्न ते विसरून गेले; ती भावना, ज्याच्यावर असा प्रसंग आला असेल, तोच समजू शकेल.

मूर्तींचे जे मित्र आय.आय.टी. परीक्षा पास झाले होते, ते जायला निघाले. तेव्हा मनावर दगड ठेवून मूर्तींनी स्टेशनवर त्यांना निरोप दिला आणि शुभेच्छा दिल्या.

दूर-दूर जाणाऱ्या त्या ट्रेनकडे बघत मूर्तींनी त्याच वेळी ठाम निश्चय केला, की ते आयुष्यात कोणीतरी विशेष बनूनच दाखवतील.

त्यांनी मनाशी विचार केला, 'आय.आय.टी.मध्ये अभ्यास करणं, ही अभिमानाची गोष्ट आहे. हेही खरं आहे, की तो यशाचा पासपोर्ट आहे. पण सगळ्यांना ही संधी मिळते थोडीच? मी जर खूप मेहनत केली, माझी सर्व बुद्धी आणि श्रम करण्याची शक्ती पणाला लावून काम केलं; तर आयुष्यात मला सुख-समृद्धी नाही मिळवता येणार?'

ह्याच विचारांनी पुढील अनेक वर्षं मूर्तींना प्रेरणा दिली आणि तेच शब्द त्यांना मार्गदर्शन करत राहिले.

त्यांनी विचार केला, 'ज्या मी बदलू शकत नाही, त्या गोष्टी मला स्वीकारल्याच पाहिजेत. परंतु कशीही परिस्थिती आली, तरी तिला मी माझ्या आयुष्यावर कुरघोडी करू देणार नाही. परिस्थितीवर काबू मिळवून मला सफल झालंच पाहिजे.'

आय.आय.टी.ला जाता न आल्याचं दुःख विसरून मूर्तींनी ताबडतोब म्हैसूर युनिव्हर्सिटीच्या नॅशनल इन्स्टिट्यूट ऑफ इंजिनिअरिंगच्या बी.ई. कोर्ससाठी प्रवेश घेतला. इलेक्ट्रिकल इंजिनिअरिंग हा त्यांनी मुख्य विषय घेतला. इथेही त्यांना उत्तम प्रोफेसर मिळाले आणि त्या सर्वांचे ते आवडते विद्यार्थी झाले. त्यांनी इथे शाळेतल्यापेक्षाही जास्त मन लावून अभ्यास केला आणि खूप उत्साहानं ते नवे विषय शिकले.

१९६७ मध्ये कॉलेजमध्ये बी.ई.ला ते पहिल्या नंबरने पास झाले. आता

आय.आय.टी.मध्ये प्रवेश मिळवण्याची दुसरी संधी चालून आली आणि सुदैवानं त्यांना ह्या वेळी निराश व्हावं लागलं नाही. त्यांनी आय.आय.टी. कानपूरमध्ये एम.टेक.च्या डिग्री कोर्सला प्रवेश घेतला.

आय.आय.टी.त असताना ते सतत, देशभरातून आलेल्या विद्यार्थ्यांशी संपर्कात असत, तो खूप आनंदाचा अनुभव होता.

आय.आय.टी.मध्येही त्यांनी इलेक्ट्रिकल इंजिनिअरिंगमध्ये विशेष गुणवत्ता मिळविली. पण त्यांना वाटलं, की दुसरी एक गोष्ट आहे, जी त्यांचं लक्ष वेधून घेत आहे. ती गोष्ट होती भारतानं आयात केलेला, आय.बी.एम.मध्ये बनवला गेलेला कॉम्प्युटर.

ही पहिलीच वेळ होती, जेव्हा मूर्तींनी कॉम्प्युटर बघितला होता. अध्यापकांनी जेव्हा त्यांना ह्या जादूच्या यंत्राची वैशिष्ट्यं दाखवली, तेव्हा उत्साहानं आणि अचंब्यानं मूर्ती अवाक झाले!

♦♦♦

खूप पैसे मिळविण्यात वाईट काहीच नाही

२

कानपूरमध्ये नारायण मूर्तींनी कितीतरी नवे मित्र मिळवले. त्यांनी कॉम्प्युटर-बद्दलही खूपच माहिती मिळविली होती. दोन वर्षांमध्ये तर तिथले सगळे विद्यार्थी त्यांना 'कॉम्प्युटर एक्स्पर्ट' म्हणूनच ओळखू लागले. १९६९ मध्ये त्यांना जेव्हा एम.टेक.ची डिग्री मिळाली, तेव्हा ज्या चार कंपन्यांनी नोकरी देऊ केली, त्या सगळ्या मोठ्या, प्रतिष्ठित कंपन्या होत्या– 'हिंदुस्थान मशीन टूल्स' (एच.एम.टी.) जी मनगटी घड्याळं बनवणारी नामांकित कंपनी आहे, सरकारी कंपनी 'इलेक्ट्रॉनिक्स कॉर्पोरेशन ऑफ इंडिया', टाटांची 'टेल्को' आणि 'एअर इंडिया'.

ह्या सगळ्या कंपन्या म्हणजे मूर्तींना मोठाल्या

संधीच होत्या. सगळ्या कंपन्या पगारही चांगलाच देऊ करत होत्या. ह्या चार कंपन्यांपैकी कुठल्या कंपनीला 'हो' म्हणावं ह्याचा ते विचार करत होते, तेव्हा एक नवी आणि वेगळीच संधी चालून आली.

कॉलेजमध्ये शिकत असतानाचे मूर्तींचे आवडते प्रोफेसर कृष्णय्या ह्यांनी त्यांना अहमदाबादच्या 'इंडियन इन्स्टिट्यूट ऑफ मॅनेजमेंट'मध्ये नोकरी देऊ केली. आय.आय.एम.मध्ये जो पगार मिळणार होता, तो वर लिहिलेल्या चार कंपन्यांपेक्षा नक्कीच कमी होता, परंतु मूर्तींना तिथे खूप चांगला अनुभव मिळण्याची शक्यता होती.

पहिली गोष्ट ही, की कॉलेजच्या वातावरणात 'नोकरी'चं दडपण कमी असतं. एखाद्या प्रोफेसरनाही एखाद्या विद्यार्थ्यासारखंच वाटू शकतं आणि ते उत्साहानं काम करू शकतात. औद्योगिक संस्थांच्या तुलनेत शैक्षणिक संस्थांमध्ये नव्या गोष्टी, नवे प्रयोग करायला जास्त संधी दिली जाते.

त्याहूनही महत्त्वाची दुसरी गोष्ट अशी होती, की आय.आय.एम. अहमदाबादमधे एक अगदी नवा कॉम्प्युटर बसविण्यात आला होता. मूर्तींनी आत्तापर्यंत बघितलेल्या कॉम्प्युटर्समध्ये तो सर्वांत चांगला आणि शीघ्र गतीनं चालणारा होता. त्याच्यावर काम करून त्यांना खूपच मोलाचा अनुभव मिळू शकला असता.

कृष्णय्यांनी हे सगळं मूर्तींना सांगितलं आणि अहमदाबादला जाण्यासाठी त्यांचं मन वळवलं. अशा तऱ्हेनं १९६९ मध्ये मूर्ती आय.आय.एम.मध्ये 'चीफ सिस्टिम प्रोग्रामर' म्हणून कामाला लागले. सुरुवातीला महिना आठशे रुपये पगार ठरला.

त्यांना वाटलं होतं त्याप्रमाणे ह्या नव्या नोकरीचा त्यांना खूपच फायदा झाला. ही नोकरी म्हणजे त्यांच्यासाठी कॉम्प्युटर क्षेत्रात उच्च शिक्षण घेण्यासारखीच ठरली.

मूर्ती नियमितपणे रोज कॉम्प्युटरसमोर बसून जवळजवळ वीस तास काम करत असत आणि साधारणपणे पहाटे तीन वाजता त्यांच्या खोलीवर परत जात असत. थोडासा वेळ झोपून सकाळी सात वाजता पुन्हा ते कामावर हजर व्हायचे. दिवसातला इतका वेळ रोज कॉम्प्युटरबरोबर घालवूनही त्या मशीनबद्दलची त्यांची आवड जरासुद्धा कमी तर झाली नाहीच, उलट ती जास्त-जास्त वाढतच गेली. इतकी, की त्यांचं त्यांनाही कळलंच नाही, कॉम्प्युटरवर प्रयोग करण्याचं इतकं वेड आपल्याला केव्हा लागलं!

मूर्तींचं मत असं होतं, की शिक्षण म्हणजे पाठ्यपुस्तकं घोकून परीक्षेच्या वेळी ते सर्व लिहून काढणं नव्हे. त्यांचं म्हणणं होतं, की जेव्हा काही प्रश्न उभा होईल, तेव्हा पाठ्यपुस्तकातून मिळविलेल्या ज्ञानाबरोबर आपल्या अनुभवाचा उपयोगही

केला पाहिजे.

आय.आय.एम.मध्ये इतर ठिकाणच्या तुलनेनं पगार कमी होता, तरी त्याची त्यांना कधीही खंत वाटली नाही. उलट, ते पुष्कळदा म्हणायचे, "इथं येण्याचा जो निर्णय घेतला, तो माझ्या आयुष्यातला सर्वांत महत्त्वाचा आणि फार चांगला निर्णय होता."

इथे आय.आय.एम.मध्ये त्यांचे राजकीय बाबतीतले विचार जागृत झाले होते. डाव्या विचारसरणीनं त्यांना आकृष्ट केलं होतं आणि त्यांचे विचार ते मित्रांबरोबर चर्चा करून मांडू लागले होते. ते म्हणायचे, "आपण सर्व समान दर्जाचे आहोत, असं मानलं पाहिजे. श्रीमंत आणि गरीब असा भेदभाव नसला पाहिजे."

त्याचा एक मित्र त्यांना चिडवायचा, "तुम्ही आता साम्यवादाच्या गोष्टी करता आहात, कारण तुम्हाला पगार कमी आहे. तुम्हाला कुठल्या मोठ्या कंपनीत मोठ्या पगाराची नोकरी मिळेल, तेव्हा तुमचे हे विचार हवेत विरून जातील."

मूर्तींनी ठरवलं, की त्या मित्राचं म्हणणं खोटं आहे, हे त्याला सिद्ध करून दाखवायचं. त्यांनी 'हिंदुस्तान लिव्हर'मध्ये नोकरीसाठी अर्ज केला आणि त्यांची खात्री होती तसंच झालं. त्यांना इंटरव्ह्यूसाठी बोलावण्यात आलं. तिथे त्यांना जास्त पगार आणि जास्त सवलती देऊ करण्यात आल्या, परंतु त्यांनी ती नोकरी नाकारली. आय.आय.एम.प्रति त्यांना असलेल्या निष्ठेचं असं उत्तम प्रदर्शन करून त्यांनी त्यांच्या मित्राचं म्हणणं खोटं आहे, हे सिद्ध केलं.

आय.आय.एम.मध्ये नोकरी करत असताना मूर्तींनी मिळवलेलं सर्वांत मोठं यश म्हणजे ECILसाठी BASICमध्ये लिहिलेल्या प्रोग्रामला 'ॲक्टिव्हेट' करण्यासाठी त्यांनी एका इंटरप्रिटरची रचना केली.

आय.आय.एम.मध्ये तीन वर्षं काम केल्यानंतर मूर्तींना प्रगतीची संधी मिळाली. ती संधी होती परदेशात जाऊन आपली प्रतिभा दाखविण्याची. त्यांच्या प्रचंड मेहनतीचं फळ मिळालं होतं.

तिथे काम करत असताना मूर्तींनी एक रिसर्च पेपर प्रकाशित केला होता. तो वाचून मोठमोठ्या कंपन्या प्रभावित झाल्या. त्यातली एक कंपनी होती फ्रान्समधली 'सेसा' (SESA). त्यांनी मूर्तींना तिकडे बोलावलं. मूर्तींनी १९७२ मध्ये 'सेसा'त नोकरी स्वीकारली आणि ते पॅरिसला गेले. ही त्यांच्यासाठी महत्त्वाची नोकरी होती. त्यांनी खूप उत्साहानं काम केलं. आपली हुशारी दाखवण्याची ही अमूल्य संधी आहे, अशा वृत्तीनं ते प्रचंड मेहनत करू लागले.

इथे त्यांचं काम होतं, पॅरिसच्या चार्ल्स द गॉल हवाई अड्ड्यावर रोज येणाऱ्या व तिथून जाणाऱ्या मालाचा कॉम्प्युटरवर हिशोब ठेवायचा. कित्येक महिन्यांच्या मेहनतीनंतर मूर्तींच्या टीमनं एक 'ऑपरेटिंग सिस्टिम' तयार केली. वेगवेगळ्या

खात्यांमधले चारशे लोक एका वेळी त्या सिस्टिमचा उपयोग करू शकत असत. विमानतळावर माल इकडून तिकडे नेण्याचं काम व्यवस्थित चालावं, ह्यासाठी ह्या सिस्टिमचा उपयोग व्हायचा.

पॅरिसमध्ये मूर्तींनी फावल्या वेळेचा उपयोगही काहीतरी चांगलं काम करण्यासाठीच केला. ते फ्रेंच बोलायला शिकले. डाव्या विचारसरणीचा अभ्यास केला. लहानपणापासूनच गरिबी म्हणजे काय ते ठाऊक असल्यानं, डाव्या विचारसरणीचं त्यांना आकर्षण वाटत होतं.

परंतु त्याचबरोबर मूर्तींना हेही ठाऊक होतं आणि समजतही होतं, की डाव्या विचारसरणीवरील त्यांचा विश्वास, भरपूर मेहनत करून श्रीमंत होण्याच्या त्यांच्या प्रयत्नांच्या आड कधीच येणार नाही. त्यांना असं मनापासून ठामपणे वाटायचं, की जे लोक गरिबांना मदत करू इच्छित असतील, त्यांनी प्रथम पैसे साठविले पाहिजेत, तरच ते गरिबांना त्या पैशांनी मदत करू शकतील. हे सत्य ज्यांना समजणार नाही, त्यांनी डाव्या विचारसरणीची फक्त पोपटपंचीच केली आहे, असं म्हटलं पाहिजे.

मूर्तींचे वडील खूपदा म्हणायचे, की पाश्चिमात्य देशांकडून भारताला बरंच काही शिकण्यासारखं आहे. त्यांचं हे म्हणणं आता मूर्तींना समजू लागलं होतं.

त्यांनी जेव्हा फ्रान्समध्ये आणि शेजारच्या दुसऱ्या देशांमध्ये श्रीमंत लोक, गरीब लोक आणि नेते बघितले, तेव्हा कितीतरी मूलभूत गोष्टी त्यांच्या लक्षात आल्या.

सर्वांत पहिली गोष्ट म्हणजे, समाजातले सर्वच लोक श्रीमंत बनणं शक्य नसतं; फक्त थोडे लोकच श्रीमंत होऊ शकतात.

दुसरी गोष्ट म्हणजे, जे श्रीमंत होतात, त्यांची श्रीमंती हा त्यांचा दोष मानला जाऊ नये. चांगल्या मार्गानं पैसे कमवून ते साठवण्यात वाईट काहीच नाही. परंतु त्यांनी स्वार्थानं असं समजायला लागू नये, की त्या पैशांवर फक्त त्यांचाच अधिकार आहे.

तिसरी आणि सर्वांत महत्त्वाची गोष्ट ही आहे, की प्रत्येक देशाच्या सरकारनं त्यांच्या देशातील लोकांना प्रामाणिकपणे संपत्ती मिळविण्यासाठी मदत केली पाहिजे. सरकारचं हे कर्तव्य आहे, की त्यासाठी अनुकूल वातावरण सरकार निर्माण करेल आणि त्यानंतर जे लोक अशी संपत्ती मिळवतील, त्यांनी दुसऱ्यांना मदत केली पाहिजे. अशा तऱ्हेने संपूर्ण समाजाला लाभ मिळू शकेल.

मूर्तींनी त्यानंतर त्यांच्या एकूण जगाविषयीच्या दृष्टिकोनातून जास्त विचार करण्यास सुरुवात केली. डाव्या विचारसरणीची शक्ती आणि तिचा उपयोग करण्याची पद्धत त्यांच्या लक्षात आली होती. त्यांना वाटत होतं, की राजकीय पुढारी आणि इतर नेते ह्यांना ही मते पटेपर्यंत डावी विचारसरणी सफल होणार नाही.

जितकी वर्षं मूर्ती पॅरिसमध्ये राहिले, त्यामध्ये त्यांचं आयुष्य पार बदलून गेलं

होतं. त्यांच्या मनात एक विचार स्पष्ट झाला होता– माणसानं पैसे का मिळविले पाहिजेत आणि स्वत:च्या समाजासाठी त्या पैशांचा उपयोग कसा केला पाहिजे.

मूर्ती म्हणतात, "एक सुसंस्कृत समाज त्याला म्हणता येईल, ज्या समाजात प्रत्येक पिढीतील व्यक्ती, येणाऱ्या पिढीचं भविष्य जास्त चांगलं, आनंदाचं व्हावं, म्हणून व्यक्तिगतरीत्या स्वार्थत्याग करीत राहील.

"मला असं वाटतं, की अमुक एका ठरवलेल्या पातळीपर्यंत सुख-समृद्धी मिळविल्यावर लोकांनी स्वत:ची संपत्ती समाजाच्या विकासासाठी वापरली पाहिजे. माझे सहयोगीही ह्याच मताचे आहेत.

"मी नेहमीच सांगत आलो आहे, की पैसे असण्याची खरी शक्ती, ते पैसे दुसऱ्यांना देऊन टाकण्यात आहे."

त्यांच्या विचारांना अनुसरून मूर्तींनी जे पैसे परदेशात कमावले, ते सर्वच्या सर्व गरजू लोकांना देऊन टाकले. स्वत:साठी त्यांनी काहीच राखून ठेवलं नव्हतं.

फ्रान्समध्ये तीन वर्षं राहिल्यानंतर १९७४ मध्ये जेव्हा त्यांनी भारतात परत येण्याचं ठरवलं, तेव्हा ते फक्त ४५० डॉलर्स घेऊन परत आले. पैसे वाचविण्यासाठी त्यांनी भारतात परत येण्याचा प्रवास भूमार्गानं करण्याचं ठरविलं. त्यामुळं दोन गोष्टी साधणार होत्या– एक तर पैसे वाचणार होते आणि दुसरं म्हणजे, ज्या-ज्या डाव्या विचारसरणीकडे झुकणाऱ्या देशांमधून ते जाणार होते, त्या देशांच्या विचारसरणीचा अभ्यास झाला असता, त्या विचारसरणीची माहिती मिळाली असती.

हा उद्देश पूर्ण करण्यासाठी मूर्तींनी खूपच दीर्घ रेल्वेप्रवास सुरू केला. रेल्वेप्रवासात एकदा एका बल्गेरियन स्त्रीशी ते गप्पा मरत होते. फ्रेंचमध्ये ते दोघं बऱ्याच सामाजिक प्रश्नांवर बोलत होते. भांडवलशाही हा त्यांच्या चर्चेचा मुख्य विषय होता. त्या गप्पा खूपच वेळ लांबल्यामुळं त्या स्त्रीच्या मित्राचा जळफळाट व्हायला लागला होता. त्यानं मूर्तींवर खोटे आरोप करून पुढील स्टेशनवर पोलिसांना बोलावलं.

त्यानं असा आरोप केला, की मूर्ती हेर तरी आहेत किंवा डाव्यांच्या विरुद्ध प्रचार करत आहेत. स्थानिक पोलिसांनी त्या माणसाच्या सांगण्यावर विश्वास ठेवून काहीही चौकशी न करता मूर्तींना अटक केली. त्यांनी मूर्तींची सूटकेस आणि हँडबॅगही जप्त केली. मूर्तींची झडती घेऊन त्यांचा पासपोर्ट जप्त केला आणि त्यांना जेलच्या कोठडीत बंद करून टाकलं. त्या कोठडीला एकही खिडकी नव्हती, जमिनीवर अंथरायलाही काही नव्हतं. अन्न, पाण्याशिवाय तीन दिवस अशा कोठडीत त्यांना ठेवण्यात आलं.

त्यानंतर मूर्तींना सोडून देण्यात आलं. पण हे सांगितलं गेलं नाही, की पोलिसांचं हृदयपरिवर्तन कशामुळं झालं होतं. पोलिसांनी फक्त एवढं सांगितलं, "भारत एक मित्र देश आहे आणि तुम्ही भारतीय आहात, म्हणून आम्ही तुम्हाला सोडत आहोत."

मूर्ती त्या तुरुंगात जवळजवळ साठ तास राहिले आणि तेही अशा अपराधासाठी, जो त्यांनी केलाच नव्हता. त्यांना भीती वाटली होती आणि ते खूप अस्वस्थही होते. त्यांना आश्चर्य ह्या गोष्टीचं वाटत होतं, की जर मित्रदेशाच्या नागरिकाला असं वागवलं जातं, तर जो देश मित्र नसेल, त्याच्या नागरिकांबरोबर पोलीस कोण जाणे कसं वागत असतील?

ह्या घटनेनंतर डाव्या विचारसरणीबद्दलच्या त्यांच्या कल्पना पार बदलल्या. त्याच वेळी त्यांनी एक दृढ निश्चय केला, की ते एक अशी कंपनी स्थापन करतील, जिच्या धोरणांमध्ये डावे, समाजवादी आणि भांडवलशाहीवादी तिन्हींमधील चांगल्या गोष्टींचा समावेश असेल.

बल्गेरिया पोलिसांनी त्यांचा पासपोर्ट परत दिला आणि त्यांना एका मालवाहू ट्रकवर बसवून खूप लांब सोडून दिलं. कितीतरी दिवसांच्या प्रवासानंतर मूर्ती शेवटी भारताला पोचले.

मूर्ती आणि त्यांच्या कॉलेजमधले एक प्रोफेसर, दोघांनी मिळून १९७५ मध्ये 'सिस्टिम रिसर्च इन्स्टिट्यूट' (एस.आर.आय.) नावाची एक संस्था सुरू केली. देश त्या वेळी राजकीय दृष्ट्या अंधकारपूर्ण काळातून जात होता. पंतप्रधान इंदिरा गांधींनी 'आणिबाणी'ची घोषणा केली होती.

मूर्तींनी जे सॉफ्टवेअर तयार केलं होतं, ते कॉम्प्युटरच्या मदतीनं मालवाहतूक व्यवस्थित कशी करता येईल आणि विमानतळावर किंवा इतर ठिकाणी मालाची ने-आण याची सोप्या पद्धतीनं नोंद ठेवण्यासाठी होतं. मूर्ती सिस्टिम, थिअरी आणि ऑपरेशन रिसर्चमधे खूप हुशार होते आणि त्यामुळे ते अशा प्रकारचं सॉफ्टवेअर तयार करू शकले होते.

एस.आर.आय.चं ध्येय होतं, की त्यांच्या सॉफ्टवेअर प्रोग्राम्सचा उपयोग भारताच्या सामाजिक समस्या रस्ते, पाणी, वीज वगैरे महत्त्वाच्या गरजांसाठी करावा; परंतु त्यांच्या ह्या प्रस्तावाकडे सरकारनं लक्ष देण्याचीही तसदी घेतली नाही. ते धूळ खात पडून राहिले.

एस.आर.आय.मध्ये दोन वर्षं काम करून मूर्ती पटणी कॉम्प्युटर सिस्टिम्स कंपनीत मुंबईला 'कन्सल्टंट' म्हणून नोकरीला लागले.

पी.सी.एस.मधल्या त्यांच्या कामाबद्दल सांगण्यापूर्वी एका असामान्य तरुणीबद्दल सांगितलं पाहिजे, जी मूर्तींना पुण्यात भेटली. एका दृष्टीनं पाहिलं, तर 'पटणी'सारख्या मोठ्या कंपनीत काम मिळविण्यासाठीही ह्या तरुणीनं मदत केली होती!

ही एक खूप छान प्रेमकहाणी आहे!

♦♦♦

सुधा नारायण मूर्ती

३

'स्त्रियांनी ह्या नोकरीसाठी अर्ज करू नयेत.'

सुधा कुलकर्णींनी जेव्हा त्या जाहिरातीतली ती शेवटची ओळ वाचली, तेव्हा कोणीतरी थोबाडीत मारल्यासारखं त्यांना वाटलं. संतापून त्यांनी त्या वर्तमानपत्राच्या पानाच्या फाडून चिंध्या-चिंध्या करून टाकल्या.

ती जाहिरात टाटा कंपनीच्या अवजड वाहनं बनवणाऱ्या टेल्को कंपनीची होती. कंपनीनं टेल्कोत काम करण्यासाठी तरुण इंजिनिअर्सकडून अर्ज मागविले होते.

त्या जाहिरातीत स्त्रियांना उघड-उघड डावललं गेलं होतं, जो एक सामाजिक अन्यायच होता. कौशल्य आणि क्षमतेवर नोकरी अवलंबून असली पाहिजे. पण त्या जाहिरातीत तर ह्या नोकरीसाठी फक्त पुरुषच लायक समजले जातील, असं लिहिलं होतं.

सुधाताईंना वाटलं, की ही अत्यंत अनुचित गोष्ट होती. त्यांचा विश्वासच बसेना, की प्रत्येक क्षेत्रात अग्रगण्य असणाऱ्या टाटासारख्या कंपनीची विचारसरणी इतकी मागासलेली असेल.

सुधाताईंनी विचार केला– असं नुसतं डोक्याला त्रास करून घेऊन काहीच उपयोग नाही. त्यांनी कडक शब्दांत एक पत्र लिहिलं. ज्यात त्यांनी टेल्कोला मागासलेले विचार असल्याबद्दल दोष दिला आणि ते पत्र त्यांनी टाटा ग्रुपचे प्रमुख जे.आर.डी. टाटा ह्यांना पाठवून दिलं.

बऱ्याच वर्षांनंतर जुन्या आठवणींबद्दल पत्रकारांशी बोलताना सुधाताईंनी सांगितलं होतं, ''त्या वेळी मी पुढील शिक्षणासाठी परदेशी जाण्याची तयारी करत होते. त्या पत्रात मी स्पष्टपणे लिहिलं होतं, की स्त्री-पुरुष असा भेदभाव करून एखाद्या लायक स्त्रीला इंजिनिअरची नोकरी न देणं हा धडधडीत अन्याय आहे.''

त्यानंतर सुधाताई त्या पत्राबद्दल विसरून गेल्या होत्या, परंतु जे.आर.डी. टाटा सुधाताईंचं पत्र विसरले नव्हते. त्यांनी लगेचच सिलेक्शन कमिटीला कळवलं, की सुधा कुलकर्णींचा अर्ज स्वीकारण्यात यावा. कमिटीनं सुधाताईंना एक तार पाठवून कळवलं, की पुण्याला येऊन प्रत्यक्ष भेटून जावं.

प्रत्यक्ष भेटीचं आमंत्रण मिळूनही सुधाताईंना नोकरी मिळण्याची आशा नव्हती. कारण त्यांनी टाटा ग्रुपच्या अत्युच्च पदी असलेल्या व्यक्तीलाच टाटा कंपनीवर टीका करणारं पत्र पाठवलं होतं. पुण्यामध्ये सर्व जण त्यांच्याकडे साशंक नजरेनं बघत होते आणि कडवट सुरात बोलत होते– 'ह्या बाईनं आपल्या प्रमुखांना कडक शब्दांत पत्र लिहिलं होतं.'

त्या प्रसंगाची आठवण सांगताना सुधाताई म्हणतात, ''माझ्या लगेचच लक्षात आलं, की मला नोकरी मिळणार नाही. तुम्हाला जेव्हा आशा नसते, तेव्हा तुम्हाला भीतीही वाटत नाही.'' म्हणून धीटपणानं त्यांनी निर्णायक कमिटीच्या सदस्यांना सांगितलं, की त्यांचं तिथे येणं सदस्यांना आवडलं नसेल, तर त्यांनी त्यांचा वेळ वाया घालवू नये.

''परंतु त्या निर्णायक कमिटीचं कौतुक केलं पाहिजे, की त्यांनी अडीच तास माझा इंटरव्ह्यू घेतला आणि मला अगदी तांत्रिक विषयावरचे प्रश्न विचारले, ज्यांची उत्तरं मी देऊ शकले.''

शेवटी सुधाताईंनी ती नोकरी मिळाली– स्वत:चं ज्ञान आणि कुवतीच्या जोरावर. टाटांसारख्या कंपनीच्या किल्ल्यात प्रवेश करणारी ती पहिलीच महिला होती!

बहुतेक सर्व भारतीय कंपन्या १९७० च्या दशकाच्या उत्तरार्धापर्यंत स्त्रियांना नोकरीवर ठेवत नसत. स्त्रियांबरोबर किंवा हाताखाली काम करण्यात पुरुषांचा अहं

दुखावत असे. संपूर्ण देशात सर्वांना असंच वाटायचं, की स्त्रिया कितीही शिकल्या तरी त्या टेक्निकल काम करू शकणारच नाहीत आणि त्यांच्या हाताखाली काम करणाऱ्यांकडून चांगलं काम करून घेऊ शकणार नाहीत.

ह्या सगळ्या समजुती १९८० च्या दशकात वाऱ्यावर विरून गेल्या. अशा समजुतींवर विजय मिळवणाऱ्या सुधाताई ह्या कदाचित पहिल्याच महिला असतील. ह्यातून महत्त्वाचं असं झालं, की औद्योगिक क्षेत्रात भारतीय स्त्रियांना मानाचं स्थान मिळवण्यासाठी प्रेरणा देण्याचं काम त्यांनी केलं.

पुण्यात काम सुरू केल्यावर सुधाताईंनी टेल्कोमध्ये जमशेदपूर, मुंबई इथेही एकूण आठ वर्षं काम केलं. कुठल्याही पातळीवर किंवा दर्जावर त्या पुरुषांपेक्षा उण्या ठरल्या नाहीत. टाटांनी एका प्रमाणपत्रात ह्या गोष्टीचा अभिमानानं उल्लेख करताना लिहिलं होतं, की सुधाताईंनी सर्वच जागांवर पुरुषांपेक्षा जास्त चांगलं काम केलं होतं.

''तुम्ही जे काही कराल, ते तुमच्या पूर्ण क्षमतेनं, उत्तम असंच करा. प्रत्येक कामाच्या बाबतीत माझं हेच तत्त्व असे. जेव्हा तुम्ही एखाद्या हुद्द्यावर काम करत असाल, तेव्हा तुमच्या हुद्द्याच्या जबाबदाऱ्यांकडे गांभीर्यानं बघा आणि प्रामाणिकपणानं काम करा. जर तुम्ही 'वरिष्ठ' असाल, तर तुमच्या हाताखालचे लोक आणि इतर हुद्द्यांवरचे लोक ह्यांचे परस्परसंबंध चांगले आहेत की नाही बघा.''

घडून गेलेल्या गोष्टी आठवताना सुधाताई म्हणतात, ''माझ्या आयुष्यातले सर्वांत महत्त्वाचे धडे – शिस्तपालन आणि वक्तशीरपणा – मी टेल्कोत शिकले.

''टेल्कोत माझे बॉस एक जर्मन होते. ते वक्तशीरपणाला खूपच महत्त्व देत असत. मीही तसंच असावं, अशी त्यांची अपेक्षा होती. त्यांच्याकडून मी वेळेची किंमत करायला शिकले. डायरी लिहिण्याची सवय लावून घेतली आणि जे काही काम केलं असेल किंवा करायचं असेल, ते त्यात लिहून ठेवायला सुरुवात केली.''

सुधाताईंचा जन्म उत्तर कर्नाटकातल्या हुबळी विस्तारातल्या मध्यमवर्गीय कुटुंबात झाला. त्यांचे वडील आर.एच. कुलकर्णी सरकारी डॉक्टर होते. त्यांनी त्यांच्या मुलांना चांगला अभ्यास करण्यासाठी खूप प्रोत्साहन दिलं होतं.

शाळेतलं शिक्षण पूर्ण झाल्यावर जेव्हा सुधाताईंनी हुबळीच्या बी.व्ही.आर. इंजिनिअरिंग कॉलेजमध्ये प्रवेश घेतला, तेव्हा शहरातल्या लोकांना अचंबा वाटला! कारण उघड होतं, की हुबळी किंवा आसपासच्या भागातल्या एकाही मुलीनं इंजिनिअरिंग कॉलेजात कधी प्रवेश घेतला नव्हता. सुधाताईंच्या बहिणीनं – सुनंदानं – वडिलांच्या पावलावर पाऊल टाकून मेडिकलला प्रवेश घेतला होता. त्यामुळे सगळ्यांना वाटत होतं, की सुधाताईही तोच मार्ग स्वीकारतील.

नातेवाईक, शेजारी-पाजारी सर्वांनी सुधाताईंना खूप सांगून बघितलं, परंतु

त्यांनी कोणाच्या सांगण्याकडे लक्ष दिलं नाही आणि इंजिनिअरिंग कॉलेजमधली पहिली विद्यार्थिनी म्हणून तिथे प्रवेश घेतला. त्या काळी हा कोर्स पाच वर्षांचा असायचा. पाच वर्षांमध्ये त्या एकही दिवस गैरहजर नव्हत्या. ह्याला कारण असं होतं, की ती एखादा दिवस येऊ शकणार नसेल, तर त्या दिवशी काय शिकवलं, एवढं तिला सांगायला एकही मुलगा तयार नसे. मुलांना वाटायचं, की आम्हाला मिळू शकली असती, ती नोकरी ही मुलगी बळकावणार!

त्या दिवसांच्या आठवणी पत्रकारांना सांगताना सुधाताई म्हणाल्या, ''सुरुवातीचे दिवस फारच त्रासदायक होते. मुलींसाठी कॉलेजमध्ये वेगळी लेडीज रूम नव्हती. महिलांसाठी शौचालय नव्हतं. घरी परत जाईपर्यंत मला सगळा त्रास सहन करत राहावं लागायचं. दीड वर्ष असं गेल्यावर कॉलेजच्या संचालकांनी कॉलेजमध्ये स्त्रियांसाठी एक शौचालय बांधलं!

''सगळे मिळून अडीचशे विद्यार्थी होते आणि ते सगळे निर्दयपणानं मला त्रास द्यायचे. मला फक्त एक इंजिनिअरिंगची डिग्री हवी होती आणि ते मला जितका त्रास द्यायचे, तितकी माझ्या ध्येयापर्यंत पोचण्यासाठी मी जास्त मेहनत करायची. मला खात्री होती, की माझ्या ध्येयापर्यंत पोचण्यापासून ते मला थांबवू शकणारच नाहीत.''

काही असो; सहाध्यायी मुलांचं असं वागणं आणि इतर अडचणी असूनही सुधाताईंनी खूप अभ्यास केला आणि पाच वर्षांच्या दहा टर्म्सपैकी प्रत्येक टर्मला त्या पहिल्या आल्या!

त्यानंतर इंडियन इन्स्टिट्यूट ऑफ सायन्समध्ये कॉम्प्युटर सायन्समध्ये एम.टेक. करण्यासाठी त्या बंगळुरूला आल्या. १९७४ मध्ये त्या तिथेही पहिल्या आल्या. ह्याच वेळी त्यांनी टेल्कोच्या जाहिरातीबद्दल जे.आर.डी. टाटांना पत्र लिहिलं होतं.

त्यांची नारायण मूर्तींशी पहिली भेट पुण्याला, टेल्कोमध्ये झाली होती. ती हकिगतही खूप मजेदार आहे.

सुधाताई, त्यांचे एक सहकारी प्रसन्ना, ह्यांच्याकडून वाचण्यासाठी पुस्तके उसनी आणत असत. ह्या पुस्तकांपैकी बऱ्याच पुस्तकांच्या पहिल्या पानावर 'नारायण मूर्ती' असं लिहिलेलं असे, त्यामुळे सुधाताईंना जिज्ञासा वाटली आणि त्यांनी प्रसन्न यांना विचारलं, ''हे नारायण मूर्ती कोण आहेत?'' प्रसन्नानं अभिमानानं त्याच्याबद्दल माहिती सांगितली. ह्या वेळी प्रथम सुधाला कळलं, की मूर्ती पॅरिसहून परत आले आहेत आणि एस.आर.आय.मध्ये संशोधन कार्य करत आहेत. मूर्तींच्या सतत अभ्यास, वाचन करत राहण्याच्या आवडीबद्दलही त्यांना समजलं.

सुधाताईंना हेही समजलं, की नारायण मूर्ती त्यांच्यासारखेच कर्नाटकचे आहेत.

कसं कोण जाणे, पण सुधाताईंचं मन त्यांच्यावर जडलं आणि त्यांना ते आवडू लागले– ज्यांना त्यांनी कधी पाहिलंही नव्हतं!

सुधाताईंच्या मनावर परदेशात शिकून आलेल्या ह्या 'स्कॉलर'चा विशेष प्रभाव पडला. परंतु जेव्हा मित्रांबरोबर त्या मूर्तींना प्रथम भेटल्या, तेव्हा त्यांच्या कल्पनेपेक्षा ते फार वेगळे होते, हे लक्षात आलं. साधे कपडे आणि जाड चष्मा घातलेले मूर्ती त्यांच्या कल्पनेतल्या व्यक्तीपेक्षा फारच वेगळे होते.

त्या आठवणींबद्दल सांगताना सुधाताई म्हणतात, "मला वाटलं होतं त्यापेक्षा अगदीच वेगळे होते मूर्ती. बुजरे, चष्मिस्ट आणि अंतर्मुख स्वभावाचे. परंतु त्यांनी जेव्हा आम्हाला सगळ्यांना 'डिनर'ला बोलावलं, तेव्हा मला थोडं नवल वाटलं. मला वाटलं, की हा माणूस 'जरा जास्त घाईनं पावलं टाकतोय!' मी नकार दिला, कारण त्या सगळ्यांमध्ये मी एकच स्त्री होते. पण मूर्तींनी खूप आग्रह केला, म्हणून मग आम्ही दुसऱ्या दिवशी डिनरला जायचं ठरवलं."

मूर्ती काही असे संपन्न नव्हते; परंतु बेत आखण्यात, स्वप्नं बघण्यात वाकबगार होते. स्वत:ला काय हवंय, ते त्यांना बरोबर समजत होतं. त्यांच्यामध्ये भरपूर आत्मविश्वास होता आणि भविष्यकाळात त्यांना काय करायचं आहे ह्याची त्यांना स्पष्ट कल्पना होती. ह्या सर्व गोष्टींमुळे सुधाताईंना त्यांच्याविषयी आकर्षण वाटलं. ती दोघं खूपदा भेटू लागली आणि लवकरच त्यांची छान मैत्री झाली.

सुधाताई सांगतात, "आमच्या गप्पा मूर्तींचे परदेशातले अनुभव आणि त्यांनी जी पुस्तकं वाचली होती, त्याबद्दल असत. माझे मित्र मला सावध करायचे, की मूर्ती माझ्यावर छाप पाडण्याचा प्रयत्न करत आहेत, कारण त्यांना माझ्याबद्दल आकर्षण वाटतं आहे. परंतु, मी ह्या सगळ्या गोष्टी उडवून लावत राहिले. शेवटी एके दिवशी डिनरनंतर मूर्ती म्हणाले, 'मला तुमच्याशी काहीतरी बोलायचंय.' मला चांगलं ठाऊक होतं त्यांना काय बोलायचं होतं ते!"

मूर्ती सुधाच्या प्रेमात का पडले त्याबद्दल सांगताना मूर्ती म्हणाले, "कुठलंही बोलणं किंवा वस्तूकडे सकारात्मक दृष्टीनं बघणं, कुठल्याही परिस्थितीत आनंदी राहणं आणि गरीब लोकांच्यात मिळून-मिसळून वागणं– ह्या सगळ्या गुणांचं मला खूप कौतुक वाटत आलंय. जेव्हा तिच्यासारखी गोड व्यक्ती तुम्हाला भेटते, तेव्हा नकळतच तुम्ही तिच्यावर प्रेम करू लागता. तसंच माझ्या बाबतीत झालं."

मूर्तींनी जेव्हा सुधाताईंबद्दल वाटणारं प्रेम व्यक्त केलं, तेव्हा कोणतीही अलंकारिक भाषा न वापरता अत्यंत स्पष्ट शब्दांत त्यांनी त्यांच्या मनातलं सांगितलं. त्यांनी काहीही खोटी आशा दाखवण्याचा प्रयत्न केला नाही. त्यांनी सांगितलं,

"मी एका सामान्य कुटुंबातला आहे. पिताजी निधन पावले आहेत. माझ्या बहिणींची लग्नं करून द्यायची आहेत. मी कदाचित कधीच खूप पैसे कमावू

शकणारही नाही किंवा खूप छान आयुष्य जगू शकणार नाही. मी कधीही तुम्हाला खूप धन-दौलत देऊ शकणार नाही. तुम्ही एका संपन्न कुटुंबातल्या आहात, तुम्हाला चांगली नोकरीही आहे. तुम्ही सुंदर, चतुर आणि बुद्धिवान आहात. तुम्हाला जो पसंत पडेल, तो तुम्हाला ताबडतोब 'हो' म्हणेल. हे सगळं असं असलं, तरी तुम्ही माझ्याशी लग्न कराल?''

सुधाताईंनी विचार करून उत्तर देण्यास थोडा अवधी मागितला. हे खरं की त्या समृद्ध कुटुंबातल्या होत्या. त्यांचा पगार मूर्तींपेक्षा जास्त होता. ती दोघं जेव्हा जेव्हा एकत्र बाहेर जायची तेव्हा बरेचदा सुधाताईच बिल द्यायच्या. तसं बघितलं, तर त्या दोघांच्यात बऱ्याच गोष्टी समान नव्हत्या. परंतु मूर्तींचा निष्कपट स्वभाव सुधाताईंना आवडला होता. तरी पण त्यांच्याशी लग्न करावं का नाही, हा निर्णय त्या ताबडतोब घेऊ शकल्या नाहीत.

सुधाताई घरी गेल्या तेव्हा त्यांनी त्यांच्या आई-वडिलांबरोबर ह्याबद्दल चर्चा केली. मूर्तींबद्दल मुलीनं सांगितलेली सगळी माहिती ऐकून त्यांच्या आई विमलाताईंनी त्यांची मंजुरी दिली, पण वडील राजी नव्हते.

मग असं ठरवण्यात आलं, की सुधाताईंच्या वडिलांनी मूर्तींना पुण्यात भेटावं. पण ह्या मुलाखतीला चांगला मुहूर्त साधला नसावा!

सुधाताईंना अजून आठवतं, ''माझ्या आई-वडिलांनी दहा वाजता मूर्तींना भेटायची वेळ ठरवली होती. परंतु मूर्ती ठरलेल्या वेळी आलेच नाहीत! माझे वडील मला म्हणाले, जी व्यक्ती भेटीची वेळ सांभाळू शकत नाही, ती माझ्या मुलीला जन्मभर कशी सांभाळेल? दोन तासांनंतर मूर्ती चमकदार शर्ट घालून येऊन पोचले.

मूर्ती मुंबईला गेले होते आणि घाटातल्या प्रचंड रहदारीत वाहनव्यवहार ठप्प झाला होता. मग भावी सासऱ्यांना भेटण्यासाठी मूर्तींनी टॅक्सी केली होती– हा खर्च परवडणारा नव्हता, तरीही.

तरीही कुलकर्णींवर मूर्तींची थोडीही चांगली छाप पडली नाही. त्यांना असं वाटलं, की सुरुवातच मुळी फार वाईट झाली आहे. परंतु, नंतर ते शांत झाले आणि मूर्तींना विचारलं, ''आयुष्यात काय करण्याची इच्छा आहे तुमची?''

मूर्ती नुकतेच पॅरिसहून आले होते आणि अजूनही त्यांच्या डोक्यात डावी विचारसरणीच घर करून होती. त्यामुळं त्यांनी कुलकर्णींना सांगितलं, की ते साम्यवादी पक्षाचे सभासद होणार आहेत आणि इतर कामं करत असतानाच एक अनाथाश्रमही सुरू करणार आहेत.

हे ऐकून कुलकर्णी पुन्हा भडकले. त्यांना वाटलं, की आयुष्यात प्रगती कशी करायची, हे मूर्तींना समजतच नाही. त्यांनी मनोमन ठरवलं, की जो माणूस स्वत:च्या कुटुंबाचंही नीट पालनपोषण करता येत नसताना अनाथाश्रम काढणार

आहे; अशा माणसाशी त्यांच्या मुलीचं लग्न करून द्यायचं नाही.

सुधाताई द्विधा मन:स्थितीत पडल्या. त्यांना ठाऊक होतं, की त्यांचं मूर्तींवर प्रेम आहे. मूर्तींचा स्पष्टवक्तेपणा आणि आत्मविश्वास ह्यांच्यामुळेच त्यांचं मूर्तींवर प्रेम बसलं होतं.

त्या दिवसांबद्दल सुधाताई सांगतात– मूर्ती एक प्रामाणिक व्यक्ती होते, म्हणून त्यांची मूर्तींशी लग्न करण्याची इच्छा होती. स्वत:च्या आयुष्यातल्या सर्व उण्या बाजू सांगून मगच मूर्तींनी त्यांना मागणी घातली होती.

तरीही, वडिलांच्या इच्छेविरुद्ध जाऊन त्यांना लग्न करायचं नव्हतं, म्हणून त्यांनी वडिलांना वचन दिलं, की त्यांच्या मनाविरुद्ध त्या कोणतंही पाऊल उचलणार नाहीत.

परंतु त्याचबरोबर सुधाताईंनी हेही नक्की केलं, की जर त्यांच्या आई-वडिलांनी मूर्तींबरोबर लग्न करायला परवानगी दिली नाही, तर त्या दुसऱ्या कोणाशीतरी लग्न करणार नाहीत. त्यांचा हा निर्णय ऐकून त्यांचे आई-वडील थोडे विरघळले.

वडील म्हणाले, ''नारायण मूर्तींना आधी चांगली आणि स्थिर नोकरी तर मिळू दे; मग आपण लग्नाचा विचार करू.''

परंतु मूर्तींनी हे सगळं बोलणं मनावर न घेता म्हटलं, की कुठल्याही दबावाखाली येऊन त्याला अनुरूप असं ते स्वत:चं आयुष्य बदलणार नाहीत.

अशा तऱ्हेनं सुधाताईंचं आयुष्य दोन तऱ्हेच्या माणसांमध्ये अडकलं. ही अडचण तीन वर्षं तशीच राहिली. त्या तीन वर्षांदरम्यान हे दोघं प्रेमी पुण्याच्या प्रत्येक रेस्टॉरंट आणि थिएटरमध्ये जात राहिले.

मूर्तींनी १९७७ च्या ऑगस्टमध्ये पटणी कॉम्प्युटर्समध्ये नोकरी धरली. आता कुलकर्णी नरम झाले आणि मूर्तींबद्दल त्यांच्या मनात आदराची भावना निर्माण झाली. अशा तऱ्हेनं धीरानं घेण्याचं फळ चांगलं मिळालं आणि शेवटी दोघांचं लग्न होणार, हे ठरलं.

बंगळुरूमध्ये मूर्तींच्या घरी १० फेब्रुवारी १९७८ या शुभ दिवशी एका अगदी साध्या समारंभात सुधाताई आणि नारायण मूर्ती विवाहबद्ध झाले. दोन्ही कुटुंबांतले फक्त अगदी जवळचे नातेवाईकच विवाहाच्या वेळी उपस्थित होते. दुसऱ्या कोणालाही बोलावण्यात आलं नव्हतं. ह्या विवाहाला फक्त आठशे रुपये खर्च आला, जो सुधाताई आणि मूर्तींनी सारखा-सारखा वाटून घेतला.

त्यानंतर लगेचच मूर्तींना पटणी कॉम्प्युटर्सतर्फे अमेरिकेला जाण्याची संधी मिळाली. सुधाताईही बरोबर गेल्या होत्या. त्या वेळी पटणी ही अमेरिकन कंपन्यांची कामं करून देणारी कंपनी होती.

अमेरिकेहून परत आल्यावर मूर्तींनी मुंबईला संसार मांडला. बांद्र्याच्या एका

बहुमजली इमारतीत त्यांचा फ्लॅट होता.

मूर्ती 'पटणी'च्या ऑफिसमधे नरिमन पॉइंटला जायचे आणि सुधाताई टेल्कोत काम करायला फोर्टमधे जायच्या.

'पटणी'मध्ये मूर्तींना वरचा हुद्दा मिळाला होता. सॉफ्टवेअर विभागाचे प्रमुख असल्यानं त्यांनी बऱ्याच हुशार तरुणांना नोकरीत घेतलं आणि कंपनीची खूप प्रगती केली. ह्या तरुणांमध्ये एक होते नंदन नीलेकणी. ते मुंबईच्या आय.आय.टी.मधून पास होऊन आले होते आणि मूर्तींच्या मर्जीतले होते. मूर्तींचे आणि नंदनचे विचार अगदी सारखे होते, त्यामुळे मूर्तींना बरं वाटायचं. लवकरच ते एकमेकांचे गाढे मित्र झाले.

दोघांनी मिळून कंपनीत कितीतरी नवे मित्र मिळवले. ते सर्व एकत्र येण्याचं कारण त्यांच्यात एक गोष्ट समान होती– ते कोणीही तिथे करत असलेल्या कामाबद्दल खूष नव्हते. तसं पाहिलं तर सगळ्यांच्या नोकऱ्या चांगल्या होत्या आणि पगारही खूप चांगले होते. परंतु कामात असं आव्हान नव्हतं, ज्यामुळं त्यांच्या सर्जनात्मक वृत्तीला समाधान वाटेल. त्या सर्वांना वाटायचं, की ते अजून कितीतरी काम करू शकतील. त्या सगळ्यांमधे काहीतरी वेगळंच करण्याची दुर्दम्य इच्छा होती.

अशा रीतीनं ह्या सगळ्या मित्रांनी मिळून एक नवी कंपनी उभी करायचं ठरवलं – एक अशी कंपनी, जी भारतात जागतिक दर्जाच्या सॉफ्टवेअरचं काम करू शकेल. त्यांना अशी संस्था स्थापन करायची होती, जिथे त्यांना सर्व तऱ्हेचं काम करण्याची संधी मिळेल.

मूर्तींना वाटत होतं, की कॉम्प्युटर हार्डवेअर उद्योगात भारताला उच्च दर्जाचं मोठं काम करणं अवघड होईल, म्हणून भारतानं सॉफ्टवेअर क्षेत्रात आपली ताकद अजमावून बघावी.

त्या दिवसांमध्ये भारतात कॉम्प्युटर आयात करणं, ही खूपच अवघड गोष्ट होती. परंतु मूर्तींचा आणि त्यांच्या टीमचाही ठाम विश्वास होता, की परदेशातल्या कंपन्यांसाठी भारतात सॉफ्टवेअर बनवून देता येतील. इथूनच कॉम्प्युटरवरची कामं करून देता येतील आणि असं करण्यानं त्यांना कमाईही चांगली होईल.

परंतु पैशाअभावी त्यांचं हे स्वप्न अपूर्णच राहत होतं. टीममधल्या कोणालाच समजत नव्हतं, की आता पुढे काय करायचं?

एक दिवस संध्याकाळी नोकरीवरून घरी आल्यावर मूर्तींनी सुधाताईंना सांगितलं, ''मला ही नोकरी सोडून देऊन एक नवी सॉफ्टवेअर कंपनी चालू करायचीय.''

सुधाताई थक्कच झाल्या. मूर्तींनी ह्या आधीही एक कंपनी सुरू केली होती आणि खूप पैसे बुडाले होते. आणि आता त्यांना दुसरी कंपनी सुरू करायची होती!

हे चाललंय तरी काय... सुधाताईच्या मनात आलं.

सुधाताईंनी जरी फार उत्साह नाही दाखवला तरी मूर्ती ठाम होते. त्यांनी त्यांची बाजू मांडत म्हटलं, की सॉफ्टवेअर क्षेत्रात काम करून भारत आपलं भविष्य उज्ज्वल करू शकेल आणि देशाची गरिबी दूर करायची असेल, तर त्यासाठी पैसे मिळवणं भागच आहे.

"हीच योग्य दिशा आहे. आम्ही, नाहीतर आणखी कोणी, काहीही करून ह्या सुंदर संधीचा फायदा घेतलाच पाहिजे." त्यांनी ठामपणे सांगितलं.

सुधाताई अनेक हरकती घेऊ शकत होत्या. कारण एक चांगली नोकरी, चांगला पगार सोडून शांतपणे चाललेल्या आयुष्यात हा नवा प्रयोग करण्याची गरज काय होती? सुधाताईंना काळजी वाटायला लागली.

त्या वेळी मूर्तींच्या कुटुंबाची स्थितीही चांगली नव्हती. त्यांना अजून बहिणींची लग्नं करायची होती. सुधाताई स्वत: आई होणार होत्या. अविचारानं, घाईनं उचललेलं कोणतंही पाऊल कुटुंबाला संकटात टाकेल, अशी शक्यता होती.

परंतु मूर्ती त्यांच्या निर्णयाशी ठाम आणि स्पष्ट होते. त्यांच्या टीमवर त्यांचा पूर्ण भरवसा होता. त्यांना शंभर टक्के खात्री होती, की सातही जण जीव तोडून मेहनत करतील, तर ते एक उत्कृष्ट कंपनी उभी करतील.

सुधाताईंची चलबिचल होत होती. त्यांना समजत नव्हतं, की स्वत:च्या निर्णयावर पूर्ण विश्वास असलेल्या पतीला पाठिंबा द्यावा, की खरी काय ती सगळी परिस्थिती त्यांच्यासमोर मांडून आणखी थोडे दिवस नोकरी चालू ठेवा, असं सांगावं.

त्यांना लगेच निर्णय घेता आला नाही. त्यांनी पतीकडून ह्याबद्दल जास्त माहिती मागितली आणि विचारलं, "तुम्ही एकटे अशी कंपनी सुरू करणार आहात, का आणखी दुसरे भागीदार आहेत?"

"माझे सहा मित्र आणि मी मिळून ही कंपनी सुरू करायचा विचार करत आहोत. आम्ही प्रत्येकानं दहा हजार रुपये गुंतवायचं ठरवलंय." मूर्तींनी माहिती पुरवली.

सुधाताईंनी लगेच पुढचा प्रश्न विचारला, "पैशांची व्यवस्था तुम्ही कशी करणार आहात?"

"त्या बाबतीत मला तुझी मदत लागेल. माझं स्वप्न साकार करायला तू मला उसने पैसे देशील?" मूर्तींनी नि:संकोचपणे विचारलं.

◆◆◆

४

स्वप्न साकार झालं

रोज कामावर जायचं आणि महिनाअखेर पगाराची नक्की रक्कम मिळवायची, असं असलं, की आयुष्यात नक्कीच एक सुरक्षितपणाची भावना असते. अशा प्रकारच्या आयुष्याच्या पद्धतीत आपल्या रोजच्या गरजा पुऱ्या होत असतात. त्यातही जे वरच्या हुद्द्यावर असतात, त्यांचा पगार तर नियमितपणे दर वर्षी वाढतच असतो आणि शिवाय त्यांना बोनसचा लाभही मिळत असतो. असे लोक मजेत आयुष्य घालवत असतात.

त्याचमुळे जे लोक नक्की झालेल्या मोजक्या पगारातच जगत असतात – उदा. मध्यमवर्गीय लोक – ते कसाबसा उदरनिर्वाह करत असतात. त्यांच्या ठरलेल्या जीवनपद्धतीत त्यांना एवढासाही फरक करता येत नाही.

नवा धंदा सुरू करणाऱ्यांना नेहमीच अनिश्चितता असते. सुरुवातीला कोणताही नवा व्यवसाय नफा

आणि नुकसान ह्यांच्यामधे झोके घेत असतो. तो सुरू करणाऱ्यालाही ठाऊक नसतं, की पुढे काय होणार आहे. सगळा नीट जम बसेपर्यंत नवा व्यवसाय सुरू करणारे लोक आणि त्यांचे कुटुंबीय ह्यांना त्याग करायला तयार राहावं लागतं.

जेव्हा नारायण मूर्तींनी सांगितलं, की ते एक नवी कंपनी सुरू करणार आहेत, तेव्हा सुधाताईंच्या मनात वर लिहिलंय तसे विचार घोळू लागले. अर्थात त्यांच्या पतीच्या हुशारीवर त्यांचा पूर्ण विश्वास होता. तरीही त्यांना वाटत होतं, की त्यांच्या सहयोगाशिवाय आणि सक्रिय पाठिंब्याशिवाय मूर्ती त्यांचं स्वप्न साकार करू शकणार नाहीत. खरं तर मूर्तींना केवळ सहयोगाचीच नाही, तर सुधाताईंच्या पैशांचीही जरुरी होती.

लग्नापूर्वी जेव्हा मूर्ती आणि सुधा बरोबर हिंडत-फिरत होते, तेव्हा बाहेर होणारा रेस्टॉरंट, सिनेमा इ.चा सगळा खर्च सुधाताईच करत होत्या. त्यामुळे त्यांना माहीत होतं, की मूर्तींकडे काहीच पैसे शिल्लक नसतील.

तर मग सुधाताईंकडे तरी दहा हजार रुपये कसे असणार होते?

त्या वेळी सुधाताईंना त्यांच्या आईनं दिलेला सल्ला आठवला.

सुधाताईंना लग्नाच्या वेळी विमलाताईंनी उपदेशाचे चार शब्द सांगताना म्हटलं होतं, "तुमचं नवं-नवं लग्न झालंय. दोघांचा पगारही चांगला आहे, तेव्हा उत्साहाच्या भरात फालतू खर्च कराल. पण जर तू तुझ्या पगारातून थोडी का होईना, बचत करत राहिलीस, तर पुढे कधीतरी अडी-अडचणीला ते पैसे उपयोगी पडतील. जास्त शिल्लक नाही टाकता आले तरी हरकत नाही, पण थोडी तरी बचत जरूर करच."

सुधाताईंना आईचं सांगणं लक्षात होतं. त्या सांगण्याप्रमाणे प्रत्येक महिन्याअखेर जे काही पैसे शिल्लक राहतील, ते गुपचूप त्या एका डब्यात टाकायच्या. स्वयंपाकघरातल्या एका डब्यात हे शिल्लक टाकलेले पैसे त्या ठेवायच्या आणि मग त्याचा विचारही करायच्या नाहीत.

आता जेव्हा मूर्तींनी नवा व्यवसाय सुरू करण्यासाठी मदत मागितली, तेव्हा सुधाताईंना स्वयंपाकघरातला तो डबा आठवला. मूर्तींना तर कल्पनाच नव्हती, की सुधाताई अशा तऱ्हेनं शिल्लक टाकत असतील. पण त्यांना साधारण अंदाज होता, की त्या बचत नक्की करत असतील. कारण पैशांच्या बाबतीत दोघांपैकी त्याच जास्त जागरूक होत्या. जर काहीच दुसरी सोय नाही झाली, तर स्वप्न साकार करण्यासाठी मूर्ती सुधाताईंचे दागिने गहाण टाकून पैसे उभे करायलाही तयार होते.

खूप आशा बाळगत सुधाताईंनी स्वयंपाकघरातला तो डबा उघडला. त्यांनी ते पैसे मोजले. तेव्हा नवल म्हणजे, ते नेमके तेवढेच होते, जेवढे मूर्तींना हवे होते!

असं झालं, तरी सुधाताईंना वाटत होतं, की त्यांची होती-नव्हती ती बचत मूर्तींच्या नव्या व्यवसायासाठी देऊन टाकणं योग्य आहे का? आईचे शब्द पुन्हा

त्यांना आठवले– ''बेटा, जेव्हा खरोखर गरज असेल, तेव्हा ते शिल्लक टाकलेले पैसे खर्च करायला मागेपुढे पाहू नकोस.''

सुधाताईंना वाटलं, की खरोखरच गरजेची वेळ आली होती. देवाचं नाव घेऊन त्यांनी ते पैसे पतीच्या स्वाधीन केले आणि म्हणाल्या, ''नारायण मूर्ती, तुमचा नवा व्यवसाय खूप यशस्वी होवो– माझ्या तुम्हाला शुभेच्छा आहेत!''

त्या वेळची आठवण करताना सुधाताई म्हणाल्या, ''मूर्तींना नव्या कंपनीबद्दल खूप धाकधूक वाटत होती. आम्हाला उद्योगधंदे चालवण्याबद्दल काही ज्ञान किंवा उपजत समजही नव्हती. आम्ही नियमित पगारावर जगणारे लोक होतो आणि मुंबईसारख्या शहरात आरामात जगत होतो. ह्याच्याहून कमी दर्जाचं आयुष्य जगायची आमची मानसिक तयारीही नव्हती. परंतु मूर्तींच्या डोक्यात एक उत्तम सॉफ्टवेअर तयार करण्याचं वेड घुसलं होतं. अशा वेळी मी त्यांना सहकार्य देण्याचं ठरवलं.''

मूर्तींनी पैसे घेतले आणि सुधाताईंचे अगदी मनापासून आभार मानले. परंतु पैशांव्यतिरिक्त इतर कितीतरी मुद्द्यांवर चर्चा करायची बाकी होती. व्यवसाय सुरू केल्याबरोबर फायद्याची आशा तर ठेवताच येत नाही. सुरुवातीच्या सगळ्या अडचणीं-मधून बाहेर पडेपर्यंत मूर्तींना त्यातून नफा किंवा पगार मिळण्याची आशाच नव्हती. मूर्तींनी पटणींची नोकरी सोडली म्हणजे मग घरखर्चाला पैसे कसे पुरवायचे?

दोघांऐवजी एकाच्या पगारात घर चालवणं, हे खरोखरीच फार अवघड काम होतं. परंतु सुधाताईंनी विचार केला, की जर त्यांना मूर्तींना यशस्वी झालेलं बघायचं असेल, तर त्यांना स्वार्थत्याग करावाच लागेल.

मूर्तींना दहा हजार रुपये देताना सुधाताई म्हणाल्या होत्या, ''माझ्याकडे फक्त एवढेच पैसे आहेत, त्यांचा स्वीकार करा. मी तुम्हाला तीन वर्षांची मुदत देते. तेवढे दिवस घरच्या खर्चाची जबाबदारी मी घेते.''

अशा रीतीनं दोघांमध्ये एक गोष्ट नक्की झाली, की पुढची तीन वर्षं घरच्या जबाबदाऱ्यांची काळजी सोडून मूर्तींनी त्यांच्या नव्या व्यवसायात पूर्ण लक्ष घालायचं आणि मूर्तींच्या नव्या कंपनीतून पगार किंवा नफा मिळो किंवा न मिळो; सुधाताईंनी त्यांच्या जबाबदारीवर घरखर्च चालवायचा.

ह्या तीन वर्षांमधे काहीही होऊ शकत होतं. कंपनीला फायदा होऊ लागला असता किंवा खूप नुकसान होऊन ती बंदही पडू शकली असती. सुधाताईंनी शेवटी सांगितलं, ''तुम्ही निश्चिंत होऊन तुमचं स्वप्न साकार करण्याच्या कामाला लागा. परंतु एवढंच लक्षात ठेवा, की मी तुम्हाला तीन वर्षांचीच मुदत देते आहे. नफा होवो, की नुकसान; ही तीन वर्षं मी पूर्णतया तुम्हाला साथ देईन.''

मूर्तींना सुधाताईंच्या ह्या परिपक्व निर्णयाचं मनापासून कौतुक वाटलं.

शेवटी नव्या कंपनीसाठी पुरेसं भांडवल गोळा झालं, तेव्हा सात मित्रांनी बरोबरच 'पटणी'मधल्या नोकऱ्या सोडायचं ठरवलं.

हे नवं धाडस करणारे सात जण होते–

१) एन.आर. नारायण मूर्ती

२) नंदन नीलेकणी

३) के. दिनेश

४) एस. गोपलकृष्णन्

५) एन.एस. राघवन्

६) एस.डी. शिबुलाल

७) अशोक अरोरा.

ह्या सगळ्यांमधे राघवन् वयानं सर्वांत मोठे होते. ते आणि मूर्ती ह्यांची वयं तिसाच्या वर होती. बाकी सगळे विशीतले होते. प्रत्येक जण आपापल्या क्षेत्रात निष्णात होता, त्यामुळे सगळे भागीदार निश्चिंत झाले होते. त्यांनी १९८० च्या अखेरीस 'पटणी'मधून राजीनामे दिले. पण हातातली कामं पुरी केल्याशिवाय काम सोडणं शक्य नव्हतं. ती व्यवस्थित पूर्ण करून मगच ते कंपनी सोडणार होते.

मूर्तींच्या टीमच्या राजीनाम्याशी संलग्न कितीतरी रोचक कथा आणि दोषारोपही ऐकायला मिळतात.

एक कथा अशी आहे, की कंपनीच्या मॅनेजरनी मूर्तींना काही बेकायदा काम करायला सांगितलं. ते करायला मूर्तींनी 'नाही' म्हटलं, त्यामुळे दोघांमध्ये वितुष्ट आलं आणि हे कारण पुढे करून मूर्तींनी त्यांच्या मित्रांबरोबर कंपनी सोडली.

ह्या घटनेनंतर एकवीस वर्षांनी इ. स. २००२ मध्ये 'पटणी'चे एक संस्थापक श्री. नरेन पटणी ह्यांनी पत्रकार परिषदेत असं आरोप ठेवणारं विधान केलं, की मूर्ती आणि बाकीचे सर्व जण 'पटणी'मधील हुद्द्यांचा दुरुपयोग करून कंपनीच्या ग्राहकांना नव्या कंपनीला काम देण्यासाठी राजी करू बघत होते.

नरेन पटणी साधारणपणे कोणत्याही वर्तमानपत्राला मुलाखत देत नसत. इतक्या वर्षांनंतर त्यांनी तोंड उघडलं आणि मूर्तींवर आरोप ठेवला, ह्याचंच लोकांना नवल वाटलं.

मूर्ती नेहमी सांगत, "आपण आपलं काम करत राहावं आणि जे समाजाला आणि आपल्या संस्कृतीला ग्राह्य असेल, तेवढं प्रामाणिकपणानं कमवत राहावं."

परंतु, पटणींच्या ह्या आरोपांनी मूर्तींच्या सांगण्यावर एक प्रश्नचिन्ह उभं राहिलं!

मूर्तींनी ह्या आरोपांवर, पुराव्यांसकट सरळ आणि समतोल प्रतिक्रिया दिली.

त्यांनी सांगितलं, की त्यांनी किंवा त्यांच्या मित्रांनी 'पटणी कॉम्प्युटर्स'च्या कोणत्याही ग्राहकाला आपल्याकडे ओढण्याचा प्रयत्न केला नव्हता. दुसरं म्हणजे, त्यांनी आणि त्यांच्या मित्रांनी आपापली कामं पूर्ण करून मगच 'पटणी' सोडली होती. पटणीचा कोणताही ग्राहक त्यांच्या नव्या कंपनीकडे आलेलाच नाही.

मूर्तींच्या ह्या स्पष्टीकरणानंतर हा वाद संपला होता.

आणखी मजा म्हणजे, एका मुलाखतीत नरेन पटणी ह्यांनी ह्या नव्या उद्योगाचं स्वागत केलं होतं आणि त्यामध्ये पैसे गुंतवण्याची इच्छा व्यक्त केली होती!

परंतु, जुलै १९८१ मध्ये जेव्हा हा नवा व्यवसाय सुरू झाला, तेव्हापासून त्यामध्ये बाहेरच्या कोणीही पैसे गुंतवलेले नव्हते. सात मित्रांनी त्यांचा हा नवा व्यवसाय स्वतःचं ज्ञान आणि अनुभव ह्यांच्या भरवशावरच सुरू केला होता. नव्या कंपनीत पैसे अडकण्याची जोखीम घेऊन कोणी पैसे गुंतवत नसत किंवा कर्जसुद्धा देत नसत.

ज्या कंपनीला जागतिक पातळीवर जम बसवलेल्या कंपन्यांबरोबर चढाओढ करायची असते, अशा कंपनीला बरेच पैसे भांडवल म्हणून घालण्याची जरूर असते.

मूर्ती आणि त्यांच्या मित्रांनी जे भांडवल घातलं होतं, ते त्यातून आधुनिक कॉम्प्युटर्स आयात करणं आणि पैसे देऊन विशेषज्ञांची मदत घेणं ह्यासाठी अपुरं होतं. त्यांच्या सर्वांच्या लक्षात आलं, की जर कंपनीला जागतिक पातळीवर न्यायचं असेल, तर जास्त भांडवल घालणं जरुरीचं आहे.

मूर्ती जितक्या बँकांकडे गेले, ते सगळेच त्यांची मागणी ऐकून घ्यायलाही राजी नव्हते. त्या सर्वांनी ठामपणे नकार दिला. सॉफ्टवेअर हा असा उद्योग आहे, ज्यात तुम्ही बरंच मोठं भांडवल घातलं, तर ते घालणाऱ्याला खूप फायदाही होतो. परंतु, मूर्तींचं म्हणणं ऐकून घ्यायला कोणी तयार नव्हतं आणि त्यांच्या सांगण्यावर कोणाचा विश्वासही बसत नव्हता.

एकदा एका विमानप्रवासात योगायोगानं त्यांची भेट एस.एन. नारायण मूर्तींशी झाली. ते कर्नाटक प्रांताच्या औद्योगिक भांडवल आणि विकास महामंडळाचे अध्यक्ष होते. मूर्तींनी त्यांच्या नव्या कंपनीविषयी त्यांना अगदी संपूर्ण माहिती दिली.

मूर्तींच्या योजनेचा आणि मागणीचा पूर्ण अभ्यास व चौकशी केल्यानंतर महामंडळानं त्यांना मदत देण्याचं कबूल केलं.

तरीही मूर्ती आणि त्यांचे मित्र ह्यांना खरा आनंद होऊ शकला नाही, कारण त्या सगळ्यांचे नातेवाईक आणि मित्र ह्यांनी ह्या नव्या व्यवसायाचं स्वागत केलं नाही; उलट टीकेचा वर्षाव केला.

"नवी कंपनी सुरू करायला तुमची आर्थिक ताकद किती आहे?"

"ह्या काही गरज नसलेल्या नसत्या प्रयोगाच्या मागे का लागला आहात?"

त्या सर्वांनी बऱ्याच कंपन्यांची नावं सांगितली, ज्या असफल झाल्या होत्या. ''सोडून द्या हे नसते धंदे आणि आपापल्या जुन्या नोकऱ्यांमध्ये परत जा.''

परंतु मूर्ती आणि त्यांचे मित्र डगमगले नाहीत. ते सगळे तर जग जिंकायच्या आणि काहीतरी वेगळंच करण्याच्या वेडाचं स्वप्न घेऊन भरारी मारत होते! आणि चांगली गोष्ट ही होती, की त्या सगळ्यांच्या सहधर्मचारिणी त्यांच्या ह्या धाडसी उपक्रमात त्यांच्या खांद्याला खांदा लावून उभ्या होत्या.

शेवटी दोन जुलै १९८१ च्या शुभ दिवशी हे स्वप्न साकार झालं. पुण्यामध्ये संस्था स्थापन करून त्यांनी कंपनीचं नाव ठेवलं, 'इन्फोसिस कन्सल्टन्ट्स प्रा. लिमिटेड.' त्यानंतर इ. स. १९९२ मध्ये हे नाव बदलून 'इन्फोसिस टेक्नॉलॉजीज लिमिटेड' असं ठेवण्यात आलं.

◆◆◆

५

उलट्या प्रवाहात पोहू शकणारे

भारतात १९८० च्या दशकाच्या सुरुवातीला सॉफ्टवेअर उद्योग अजून बाल्यावस्थेत होता. त्यामुळे इन्फोसिसला काळाच्या आधी पुढे पावले टाकण्याचा परिणाम भोगावा लागला. त्यांचे आडाखे आणि उद्देश जरी कौतुकास्पद होते, तरी ह्या उद्योगासाठी ज्या मूलभूत सुविधा लागतात, त्या ते मिळवू शकले नव्हते.

इन्फोसिसची सुरुवात पुण्यात करण्यात आली आणि तेव्हा मूर्तींचं कुटुंब मुंबईत राहत होतं. मुंबईच्या टेल्को ऑफिसमध्ये सुधाताई काम करत होत्या. सुरुवातीला मूर्ती मुंबईतच राहत होते आणि पुण्याला ये-जा करत होते; परंतु लवकरच हे वरचेवर जाणं-येणं मूर्तींना शारीरिक आणि आर्थिकदृष्ट्या जड जाऊ लागलं, म्हणून त्यांनी पुण्याला एक घर घ्यायचं ठरवलं.

इन्फोसिस कंपनीकडे इतके पैसे नव्हते, की ते भाड्याने वेगळं ऑफिस घेऊ शकतील. म्हणून मूर्तींची योजना अशी होती, की ज्या ठिकाणी ऑफिस आणि

घर दोन्ही ठेवता येईल, असंच घर शोधायचं. तसंच, सुरुवातीच्या दिवसांमध्ये ते कोणालाही कामावर ठेवू शकत नव्हते, कारण पगार देणं त्यांना परवडलंच नसतं.

काही काळ तर सातही जण वेगवेगळ्या स्वरूपांमधे काम करत असत– बॉस, विक्रेता, कॉम्प्युटर विशेषज्ञ आणि सल्लागार– ज्या वेळी जे करणं जरुरी असेल, ते.

देवाच्या दयेनं सातही भागीदार न डगमगता आपापल्या कामात मग्न राहिले. लहान-सहान गोष्टींनी ते अस्वस्थ होत नसत. शिवाय, फक्त तेच नाही, त्यांच्या धर्मपत्नीही तितकाच त्याग करत होत्या.

उदाहरणार्थ– सुधाताईंना दिवस गेले होते. त्या टेल्कोमध्ये नोकरी करत होत्या; शिवाय फावल्या वेळात इन्फोसिसची कितीतरी कामंही करत होत्या. उदा. कॉम्प्युटर प्रोग्राम्स लिहिणं, स्टाफसाठी चहा करणं, येणारे फोन घेणं आणि पत्रांची उत्तरंही लिहिणं. सुधाताई आणि मूर्ती दोघांसाठीही हे अवघड दिवस होते.

सुधाताईंनी हुबळीमध्ये, त्यांच्या माहेरी, मुलीला जन्म दिला. पती-पत्नी दोघांनाही खूप आनंद झाला. मुलीचं नाव ठेवलं– अक्षता.

काही महिन्यांनंतर मुंबईला परत येऊन सुधाताई पुन्हा नोकरीवर रुजू झाल्या. कारण कुटुंबात त्या एकट्याच मिळवत्या होत्या. मदतीला कोणी नसताना मुलीला सांभाळणं सुधाताईंना खूप अवघड होत होतं. मुंबईमध्ये मुलीला सांभाळायला कोणी ठेवणं परवडलं नसतं आणि सुधाताईंचे आई-वडील त्यांचं घर सोडून सुधाताईंकडे राहायला येऊ शकत नव्हते. अशा परिस्थितीत सुधाताईंनी हुबळीहून एका मुलीला घरकामासाठी बोलावून घेतलं; पण त्या मुलीला मुंबईतलं आयुष्य जमेना, म्हणून मग ती काम सोडून हुबळीला परत गेली.

काही दिवस सुधाताईंनी घर सांभाळलं, मुलीला सांभाळलं आणि ऑफिसचं कामही केलं. परंतु मग हे सगळं त्यांना अशक्य होऊ लागलं. तेव्हा सुधाताईंनी एक अवघड निर्णय घेतला आणि तीन महिन्यांच्या अक्षताला त्यांच्या आई-वडिलांकडे हुबळीला पाठवून द्यायचं ठरवलं.

आपल्या तान्ह्या बाळाला आपल्यापासून दूर ठेवणं, हे एका आईसाठी अतिशय क्लेशदायक होतं. मूर्तीही ह्याबद्दल व्यथित होते, परंतु दुसरा काही पर्यायच नव्हता. कुटुंब आणि इन्फोसिस दोन्ही सांभाळायचं, तर त्यांना असं बलिदान देणं भागच होतं.

काही काळानंतर सुधाताईंना आणखी एक बलिदान द्यायची वेळ आली. मूर्ती आणि त्यांच्या मित्रांच्या अविरत प्रयत्नांनी इन्फोसिसनं थोडी प्रगती केली होती. त्यांना मदत करता यावी म्हणून सुधाताईंनी टेल्कोची नोकरी सोडून पुण्याला जाण्याचा विचार केला.

त्यासाठी त्या टाटा ग्रुपचे प्रमुख जे.आर.डी. टाटांना भेटल्या. टाटांनी त्यांना सरळच विचारलं, "तुम्ही नोकरी का सोडत आहात?"

सुधाताईंनी सांगितलं, ''माझ्या पतीनं एक नवा व्यवसाय सुरू केला आहे आणि त्यांना मदत करण्याची माझी इच्छा आहे.''

टाटांनी सुधाताईंच्या निर्णयाचं कौतुक केलं आणि शुभेच्छा देत म्हटलं, ''फारच छान!'' मग त्यांनी विचारलं, ''तुम्ही दोघांनी हा नवा व्यवसाय सुरू केला आहे, तर त्यातून जो फायदा होईल, त्याचं काय करण्याचा तुमचा विचार आहे?''

सुधाताईंना हा प्रश्न जर गोंधळात टाकणारा वाटला, कारण 'इन्फोसिस' हे तर अजून 'चालायला शिकत असलेलं बाळ' होतं; तिथे फायद्याचा विचार येणारच कुठून?

परंतु जे.आर.डी. टाटांचं मत अगदी वेगळं होतं.

''आपण जेव्हा व्यवसाय सुरू करतो, तेव्हा आपल्याला पूर्ण विश्वास असला पाहिजे, की ह्यात आपल्याला नक्कीच फायदा होईल. असा विश्वास नसेल, तर पुढे जाणं घातक ठरेल.'' टाटा पुढे म्हणाले, ''आपल्याला जो काही फायदा होईल, तो आपण समाजाला परत केला पाहिजे.''

आज इतक्या वर्षांनीही सुधाताईंना जे.आर.डी. टाटांचा हा सल्ला लक्षात आहे आणि त्या बऱ्याच समाजसेवी संस्थांमध्ये काम करत असतात.

पुण्याला मूर्ती आणि त्यांचं कुटुंब त्याच घरात राहायला लागलं. नंतर नंदन नीलेकणी आणि त्यांचं कुटुंबही त्याच घरात राहावयास आलं. एकाच घरात ऑफिस आणि दोन कुटुंबं एकत्र राहत असण्यानं सगळ्याच वेगवेगळ्या खर्चांवर नियंत्रण ठेवता येत होतं.

सुधा आणि मूर्ती अक्षताला हुबळीहून परत घेऊन आले. नंदनचं कुटुंबही तिथेच होतं, त्यामुळं कामावर ते आळीपाळीनं जात असत. कधी कधी इन्फोसिसचे दुसरे भागीदारही त्यांच्या घरीच राहायचे. इन्फोसिसच्या उन्नतीसाठी ते सर्व जण एक संयुक्त परिवार ठेवून रात्रंदिवस अंग मोडून काम करत असत.

सुरुवातीपासूनच मूर्ती आणि त्यांचे मित्र जाणून होते, की भारतात सॉफ्टवेअरची कामं मिळण्याची शक्यता खूप कमी होती, म्हणून त्यांचं प्रथम ध्येय विदेशातल्या बाजारांवर पकड मिळवायचं होतं. इन्फोसिससारख्या नव्या कंपनीला काम देण्यापूर्वी परदेशातल्या ग्राहकांना त्यांच्या गुणवत्तेबद्दल खात्री करून घ्यायची होती.

मूर्ती ह्या गोष्टींवर भर देत असत, की त्यांचं पहिलं कर्तव्य ग्राहकांना वाजवी किमतीला उच्च दर्जाचं सॉफ्टवेअर मिळवून देणं, हे आहे.

मूर्तींनी कंपनीसाठी तीन सिद्धान्त बनवले होते–

पहिला :- आपण जे सॉफ्टवेअर बनवू, त्यानं ग्राहकाला पूर्ण संतोष मिळाला पाहिजे आणि त्यासाठी प्रथम आपण स्वत: त्याबद्दल संतुष्ट असलं पाहिजे. आपण करून दिलेलं अथवा विकलेलं सॉफ्टवेअर वापरल्यावर ग्राहकाला असं वाटलं पाहिजे, की इतर सॉफ्टवेअर्सपेक्षा हे वापरणं जास्त फायद्याचं आहे.

दुसरा :- आपण जे करू, ते अमुक देश किंवा प्रदेश हे लक्ष्य ठेवून करायचं नाही. आपले भावी ग्राहक कुठल्याही देशातले असू शकतील. तेव्हा आपण फक्त जागतिक दर्जाचं सॉफ्टवेअर बनवायचं.

तिसरा :- आपल्या सॉफ्टवेअरमध्ये दर्जाच्या बाबतीत काहीही कुचराई करायची नाही. कोणालाही घेण्यायोग्य वाटेल असं, कुठलीही तक्रार करता येणार नाही असं, फायदा करून देणारं व उच्च दर्जाचं सॉफ्टवेअर बनवायचं.

मूर्तींना विश्वास होता, की हे तीन सिद्धान्त पाळले तर इन्फोसिस ही संस्था भारतातून आंतराष्ट्रीय दर्जाचं सॉफ्टवेअर विकू शकेल.

शिवाय आपल्याकडे उत्पादन करणं खर्चाच्या दृष्टीनंही फायद्याचं होणार होतं. दीर्घ मुदतींच्या योजनांविषयी मूर्तींचं मत होतं, ''इतर देशांच्या तुलनेत आपल्या देशात खर्च खूप कमी होतो, म्हणून ग्राहकांकडूनही आपण कमी पैसे घेऊ शकू. भारतासाठी जागतिक पातळीवर या उद्योगाचा विस्तार होणं, ही फार चांगली गोष्ट होईल. त्यानंतर भारतातही सॉफ्टवेअर विकण्यासाठी संधी उपलब्ध होऊ शकतील.''

इन्फोसिसचं संपूर्ण लक्ष परदेशातल्या बाजारपेठेवर केंद्रित होतं. ज्या देशांमध्ये सॉफ्टवेअरची विक्री होण्यासाठी जास्त शक्यता होती, तिथे आपलं स्थान मजबूत करण्याकडे सातही जणांनी कसून मेहनत घेण्यास सुरुवात केली. सॉफ्टवेअर खरेदी करण्यात ज्यांना रुची असेल, असे ग्राहक शोधण्यात आणि त्यांच्यासाठी चांगलं काम करून देऊन विश्वास उत्पन्न करण्यानं त्यांची अपेक्षा होती तसं काम मिळत जाईल, असं त्यांना वाटत होतं.

मूर्तींसकट इन्फोसिसच्या कुठल्याच संस्थापकाला परदेशात जाऊन राहण्यात रुची नव्हती. खरी गोष्ट तर अशी होती, की त्या सर्वांनाच परदेशात नोकऱ्यांसाठी बोलावणी आली होती; पण त्या सर्वांनीच तिकडच्या नोकऱ्या स्वीकारण्यास नकार दिला होता. आपलं स्थान भारतातच मजबूत करणं जास्त पसंत केलं होतं. परंतु मग त्यांनी सर्वांनी असा विचार केला, की इन्फोसिसला परदेशातल्या ग्राहकांवर लक्ष केंद्रित करायचं आहे, तर भारतात राहून काय फायदा? म्हणून मग मूर्ती सोडून बाकीचे सर्वच जण अमेरिकेला जाऊन राहू लागले आणि कामावर देखरेख ठेवायला मूर्ती भारतातच राहिले.

इन्फोसिससारख्या नव्या कंपनीसाठी ही सोपी गोष्ट नव्हती, की धंदा वाढविण्यासाठी इतक्या सगळ्या जणांना अमेरिकेत पाठवायचं. त्यासाठी लागणारा खर्च खूप मोठा होता– ज्यात विमानप्रवास, अमेरिकेत राहाण्या-जेवण्याचा खर्च, तसंच इतर खर्चांचा समवेश होत होता. आणि, हे सगळं नियमित काही उत्पन्न नसताना करायचं होतं.

इन्फोसिसतर्फे जे अमेरिकेला गेले, त्या सर्वांनी आपला खर्च कमी व्हावा, ह्यासाठी कडक उपाय केले. ते सर्व जण एकाच घरात राहत होते. शक्यतो एकाच मोटारीचा

उपयोग करत होते आणि स्वयंपाक घरीच करत होते. गरज पडेल तसे ते चालत किंवा बसने ये-जा करत असत. ते सर्वच जण बचत करण्यासाठी शक्य त्या सर्व गोष्टी करत होते, म्हणजे इन्फोसिसवर खर्चाचा बोजा शक्य तितका कमी येईल.

अमेरिकेतलं त्यांचं काम अत्यंत योजनाबद्ध होतं. त्यांना अशा लोकांची यादी करायची होती, जे त्यांचे ग्राहक बनण्याची शक्यता होती आणि मग त्या लोकांना भेटून इन्फोसिसविषयी सर्व माहिती सांगायची होती. त्यानंतर जे लोक रुची दाखवतील, त्यांच्याशी व्यवस्थित चर्चा करून सॉफ्टवेअरच्या कामासाठी त्यांच्याबरोबर करार करायचे होते.

हे काम सोपं नव्हतं. पावलोपावली त्यांना इतर विदेशी आणि अमेरिकन कंपन्यांबरोबरही जबरदस्त स्पर्धा करावी लागत होती. भारतातली एक नवी कंपनी जागतिक दर्जाचं सॉफ्टवेअर बनवून देऊ शकते, असा विश्वास अमेरिकन लोकांमध्ये उत्पन्न करणं, ही फार अवघड गोष्ट होती.

इन्फोसिसच्या ह्या सर्व जणांच्या जीव ओतून केलेल्या प्रयत्नांनंतर न्यूयॉर्कच्या 'डेटा बेसिक्स' कंपनीनं इन्फोसिसला काम देण्यात रुची दाखवली. त्यासाठीच्या करारावर सही-शिक्के झाले आणि इन्फोसिसच्या विकासाचं एक नवं प्रकरण सुरू झालं.

इकडे ह्या काळात भारतात मूर्तींनाही तितक्याच अडचणींना तोंड द्यावं लागलं, जितकं अमेरिकेत ह्या बाकीच्या संस्थापकांना द्यावं लागलं होतं. मूर्तींचे विचार आणि बेत ज्या गतीनं धावत असत, त्या गतीनं भारत सरकार जात नव्हतं. त्या काळी सरकारला कॉम्प्युटर विज्ञानाच्या विकासाच्या शक्यतांबद्दल माहिती किंवा समज नव्हती. कॉम्प्युटर उद्योगाला कुठल्याही प्रकारच्या सवलती किंवा सोई मिळत नव्हत्या. प्रत्येक गोष्टीसाठी मूर्तींना सरकारची परवानगी घ्यावी लागत असे.

उदाहरणार्थ– एखाद्या नव्या कंपनीला परदेशातून एखादा कॉम्प्युटर आयात करावयाचा असेल, तर सरकारी नियमांमुळे ते एक प्रचंड वेळखाऊ व किचकट काम होत असे. हवा असलेला कॉम्प्युटर आयात करण्यासाठी संबंधित अधिकाऱ्यांच्या सह्या मिळायला कितीतरी वर्षं लागायची.

अशा ह्या नियमांमुळे मूर्तींचं काम आणि योजना ह्यांना कमालीचा उशीर झाला.

इन्फोसिससाठी एक टेलिफोन कनेक्शन घेण्यासाठी मूर्तींना एक वर्ष लागलं होतं! उद्योगधंद्याच्या कामासाठी जर कोणाला ताबडतोब परदेशी जायचं असेल, तर फॉरिन एक्सचेन्ज मिळायला दहा दिवस लागायचे.

सन १९८१ मध्ये सुरू झालेल्या इन्फोसिसला सरकारी परवानगीनं पहिला कॉम्प्युटर आयात करायला दोन वर्षं लागली होती. अशा अडचणी दूर करण्यासाठी बऱ्याचदा मूर्तींनी दुसऱ्या उद्योजकांची आणि मित्रांची मदत घेतली होती. केवळ अशासाठी, की कामात शिथिलता न येता ते चालू राहावं.

उदाहरणार्थ, १९८२ मध्ये जेव्हा इन्फोसिसनं आय.आय.टी. मद्रासच्या पाच इंजिनिअर्सना त्यांच्या कंपनीत घेतलं, तेव्हा त्यांना बसायला जागा नव्हती. 'सिस्टेक इंटरनॅशनल'च्या आवारात त्यांची बसण्याची सोय मूर्तींचे मित्र नारायण तिशारोदींच्या सांगण्यावरून झाली होती.

इन्फोसिस अजूनही इतर कंपन्यांचे कॉम्प्युटर्स भाड्यानं वापरत होती. थेट १९८४ मध्ये त्यांना कॉम्प्युटर आयात करण्याची परवानगी मिळाली. तोपर्यंत स्वत:चं सॉफ्टवेअर बनवण्याचं काम इन्फोसिस भाड्याच्या कॉम्प्युटरवर करत होती!

दुसरी अडचण होती टेलिफोन नसण्याची. परदेशातल्या कंपन्यांशी संपर्क साधायचा असेल, तेव्हा शरम वाटण्यासारखी परिस्थिती होत असे.

स्वत:चा फोन मिळेपर्यंत इन्फोसिस कंपनी गल्लीच्या कोपऱ्यावर असलेल्या टेलिफोन बूथचा उपयोग करत असे. काही अवघड काम येत असे किंवा संबंधित लोकांना तातडीनं काही गरज असेल, तेव्हा फोन वापरता येण्याची वाट न बघता कंपनी आपल्या प्रतिनिधीला पाठवून देत असे– ज्याचा उघड अर्थ जास्तीचा खर्च. पण करायचं काय? इन्फोसिसला दुसरा काही मार्गच नव्हता!

कुठेही जायचं असेल तर मूर्ती सायकलवर जात असत, घामाघूम होऊन जात असत– मग अगदी महत्त्वाच्या व्यक्तीला भेटायचं असेना का! व्यवसायासाठी ते वेगवेगळ्या शहरांमध्ये हिंडत. पुष्कळदा असे प्रवास अचानक ठरत, त्यामुळे विश्रांती न मिळता लागोपाठ प्रवास करावे लागत. प्रचंड मेहनतीला त्यांनी कधीच कच खाल्ली नाही, त्यामुळे असे प्रवासही ते आनंदानं करत असत.

त्यांच्या मनात, डोक्यात फक्त एकच गोष्ट होती– इन्फोसिसचा ध्वज उंच उंच नेण्याची कोणतीही संधी सोडायची नाही. इतक्या अडचणींशी झगडतानाही इन्फोसिसनं पहिल्या वर्षी थोडा नफा तरी मिळवला होताच.

ह्या सर्वच अडचणींना मूर्तींनी सकारात्मक दृष्टिकोन ठेवून तोंड दिलं होतं. ते म्हणाले होते, "आम्हाला सगळ्यात जास्त त्रास सरकारी कायदेकानूंचा झाला होता. त्यामुळे कठीण काळामध्ये आम्हाला प्रवाहाच्या विरुद्ध दिशेनं पोहण्याची शक्ती आली होती. त्याचमुळे आम्ही कुशल मॅनेजर आणि चांगली माणसं होऊ शकलो होतो."

मूर्तींनी १९८२ च्या सुमारास आपल्या पत्नीचे दागिने विकून आणि एका बँकेकडून थोडं कर्ज घेऊन स्वत:साठी आणि ऑफिससाठी पुण्याला शिवाजीनगरमध्ये एक घर विकत घेतलं. त्याचा हप्ता महिन्याला १२४४ रुपये भरावा लागायचा. मूर्ती आणि सुधा त्या वेळी पुण्यात वालचंद कॉम्प्युटर्समधे काम करत होते आणि पैशांची व्यवस्था करण्यात अडकले होते. इतक्या कष्टांनी आणि अडचणी पार करत घेतलं होतं, ते त्यांचं घर नंतर त्यांना विकून टाकावं लागलं.

♦♦♦

६

चला बंगळुरू

इन्फोसिसनं आपल्या पहिल्या ऑफिससाठी जी जागा विकत घेतली, ती पुण्याच्या शिवाजीनगर भागात पद्मनाभन रेसिडेंट्स असोसिएशनच्या दोन खोल्यांच्या अपार्टमेंटची होती. फ्लॅटमधे कपाटं नव्हती किंवा इतर काहीही सोई नव्हत्या. नारायण मूर्ती आणि नंदन नीलेकणींची कुटुंबं त्याच जागेत राहतही होती.

सुधाताई आणि नंदनच्या पत्नी रोहिणीताई, दोघी मिळून स्वयंपाक आणि इतर कामं करायच्या. त्याशिवाय त्या टेलिफोन घ्यायचा, पत्रं टाइप करायची, अशी कामंही करत असत. इन्फोसिस अलीकडेच सुरू झाली होती, त्यामुळे अशा कामांसाठी आणखी माणसं ठेवणं टाळलं जात असे. ह्याखेरीजही मूर्ती वेगवेगळ्या तऱ्हांनी पैसे वाचवायचे– अशासाठी, की घरासाठी घेतलेल्या कर्जाचे हप्ते वेळच्या वेळी भरता यावेत.

सुधाताईंचं ऑफिस चार किलोमीटर दूर होतं. त्यांनी रोज चालत जायचं ठरवलं. ते जे पैसे वाचायचे, ते कर्जाच्या हप्त्यासाठी देता यायचे. इतक्या अडचणी होत्या तरी मूर्तींना ठाऊक होतं, की सुधाताईंचा जीव त्या घरावर खूप जडला होता. आणि का जडू नये? त्यांनी विकत घेतलेला तो पहिला फ्लॅट होता. त्यामुळे जेव्हा इन्फोसिस बंगळुरूला हलवायचं ठरलं म्हणून तो फ्लॅट विकला, तेव्हा सुधाताई दिवसभर रडत होत्या!

इन्फोसिसनं हा निर्णय घेतला, ह्याला तीन कारणं होती. पहिलं कारण हे होतं, की उत्तर भारतापेक्षा दक्षिण भारतात इंजिनिअरिंग कॉलेजेस जास्त होती आणि सर्व जास्त चांगल्या दर्जाची होती. म्हणून मूर्तींना आणि त्यांच्या साथीदारांना वाटलं, की इन्फोसिसची जसजशी प्रगती होईल, तसतशी चांगली हुशार माणसं कामाला मिळवण्याची संधी तिकडे जास्त होती.

दुसरं कारण असं होतं, की मुंबई-पुण्याला फुटकळ वरखर्च जास्त होत असे. तेव्हा त्याहून स्वस्त असलेल्या शहरांत राहून सर्व जरुरीची मूलभूत व्यवस्था आणि संपर्कसाधनं मिळवून त्यांच्या परदेशातल्या ग्राहकांचं काम करून देण्यानं पैसे वाचले असते. ज्यांनी पैसे गुंतवले होते, त्यांना जास्त फायदा मिळाला असता. म्हणून इन्फोसिस बंगळुरूला हलविण्याचा निर्णय घेण्यात आला.

मूर्ती दूरदर्शी होते. इन्फोसिस ही बंगळुरूची पहिली सॉफ्टवेअर कंपनी होती. बंगळुरूला मिळणाऱ्या सवलतींचा फायदा घेण्यासाठी बऱ्याच स्थानिक परदेशी कंपन्याही बंगळुरूला हलवण्यात आल्या. आता ही गोष्ट वेगळी, की नंतर बंगळुरूही मुंबईइतकंच महाग झालं.

तिसरं महत्त्वाचं कारण हे होतं, की मायको (MICO) कंपनी, ही बंगळुरूमध्ये होती. मायको ही एक मेकॅनिकल इंजिनिअरिंग कंपनी होती, जी पेट्रोलनं चालणाऱ्या वाहनांसाठी स्पार्क प्लग्ज, डिझेलनं चालणाऱ्या वाहनांसाठी फ्युएल स्प्रिंकलिंग एलिमेंट्स, हायड्रॉलिक मशिन्स आणि ऑटोमोबाईल ऑडिओ युनिट्सचं उत्पादन करत होती. ती एका जर्मन कंपनीची भारतीय शाखा होती आणि ह्या कंपनीनं इन्फोसिस सॉफ्टवेअरचा उपयोग करण्याचं ठरवलं होतं. झालेल्या कराराप्रमाणे मायको कंपनीसाठीचं काम बंगळुरूमधूनच करून द्यायचं होतं.

मूर्तींनी पुण्याचं घर १९८३ मध्ये सुमारे अडीच लाख रुपयांना विकलं आणि ते बंगळुरूला गेले. त्या वेळी सुधाताई दुसऱ्या बाळंतपणासाठी हुबळीला गेल्या होत्या.

इन्फोसिसची त्या वेळची स्थिती बघता मायकोची जवळजवळ सव्वा कोटी रुपयांची ऑर्डर ही मोठीच होती.

जेव्हा मूर्ती आणि एन.एस. राघवन् ह्यांना करारावर स्वाक्षऱ्या करायला

बोलावण्यात आलं, तेव्हा ते दोघं एका मित्राच्या स्कूटरनं मायकोच्या ऑफिसमध्ये पोचले, कारण त्यांना ऑटोरिक्षा मिळाली नाही!

विक्रम भट्ट तेव्हा मायकोचे एक डायरेक्टर होते. त्यांना कमालीचं आश्चर्य वाटलं. त्यांनी ह्या दोघांना हळूच सांगितलं, ''पुन्हा याल तेव्हा निदान भाड्याची मोटार तरी घेऊन या.''

मायकोसारख्या मातब्बर कंपनीचा विश्वास जरी इन्फोसिसनं संपादन केला होता, तरी दुसऱ्या कंपन्यांना इन्फोसिसबद्दल फारशी माहिती नव्हती. मूर्ती आणि त्यांचे सहकारी शहरात हिंडून महत्त्वाच्या लोकांना भेटत राहायचे आणि त्यांच्या कंपनीबद्दल सांगायचे. स्वत:चं वाहन नसल्यानं मूर्तींना ह्या कामानं खूप थकायला व्हायचं. हे बघून सुधाताईंच्या वडिलांनी – श्री. कुलकर्णींनी – मूर्तींना एक स्कूटर भेट दिली.

हुबळीमध्ये सुधाताईंनी पुत्र रोहन ह्याला जन्म दिला. त्याच वेळी मूर्ती कामासाठी अमेरिकेला गेलेले होते, त्यामुळे मुलाच्या जन्मानंतर वर्षभर त्यांनी मुलाला बघितलंही नव्हतं!

नंतर जुन्या आठवणी ताज्या करताना सुधाताईंनी लिहिलं होतं, की तसा तर मूर्तींचा मुलांवर खूप जीव होता; परंतु इन्फोसिसच्या सुरुवातीच्या वर्षांमधे स्वत:च्या मुलांना खेळवायला, त्यांच्याबरोबर दंगामस्ती करायला त्यांना वेळच मिळत नसे, इतके ते कामात बुडालेले असायचे.

मूर्ती अमेरिकेहून परत आल्यानंतर इन्फोसिसचं ऑफिस जयनगर ह्या बंगळुरूच्या भागातल्या एका बिल्डिंगमध्ये हलवलं गेलं. जसं त्यांनी पुण्याला केलं होतं, तसंच बंगळुरूला केलं. मूर्ती आणि नीलेकणी दोन्ही कुटुंबं ह्याही जागेत एकत्र राहू लागली, ऑफिसही तिथेच होतं.

त्यानंतर लवकरच इन्फोसिसला मायकोशिवाय आणखीही बरेच नवे ग्राहक मिळाले. सगळ्यांचंच काम पहिल्यापेक्षाही जास्त वाढलं, पण सगळे खूप उत्साहानं काम करत. कारण आता इन्फोसिसचा आत्मविश्वास वाढला होता आणि कंपनी आता भारतीय सॉफ्टवेअर उद्योगाकडे जगाचं लक्ष वेधून घेऊ लागली होती.

ह्या वेळी सुधाताईंची इच्छा होती, की त्यांची जी नोकरी होती, ती सोडून इन्फोसिसमध्ये काम करू लागावं.

कंपनीच्या बहुतेक डायरेक्टरांनी त्यांच्या इच्छेला होकार दिला होता. त्यांचं मत होतं, की सुधाताई जर कंपनीत डायरेक्टर म्हणून आल्या, तर इन्फोसिस जास्त मजबूत होईल. परंतु ह्या बाबतीत विरोध एका अत्यंत अनपेक्षित दिशेनं आला.

मूर्तींनी सांगितलं, की सुधाताईंनी इन्फोसिसमध्ये काम करू नये. त्यांचं मत असं होतं– ''निर्णय तुलाच घ्यायचा आहे. आपल्या दोघांपैकी एक जणच ह्या

कंपनीत काम करू शकेल; दुसऱ्याला बाहेर पडावं लागेल. मला तुझ्यावर कोणताही तऱ्हेचा दबाव आणायचा नाही. तुला ह्या कंपनीत काम करायचं असेल, तर मी कंपनी सोडून जाईन.''

सुधाताईंना प्रथम तर काही उमजलंच नाही. आश्चर्यानं त्यांनी मूर्तींकडे पाहिलं आणि त्या म्हणाल्या, ''आपल्याला दोघांनाही ह्या कंपनीत काम करण्याचा अनुभव आणि तांत्रिक ज्ञान आहे... मग?''

''मला माहीत आहे,'' मूर्ती म्हणाले, ''परंतु इन्फोसिसमध्ये काम करणं म्हणजे इतर सर्व कामं सोडून देऊन पूर्ण वेळ ह्या कामातच बुडून जाणं; तरच ही कंपनी तिच्या बाल्यावस्थेतून बाहेर निघेल.''

''म्हणजे काय? तुम्हाला असं का वाटतं, की आपण दोघं बरोबर, एकत्र काम करू शकणार नाही?'' सुधाताईंनी विचारलं.

मूर्तींनी शांतपणे उत्तर दिलं, ''जर पती-पत्नी दोघं कंपनीत काम करू लागली, तर घर आणि मुलांना कोण सांभाळणार? तुला असं म्हणताना मला बरं वाटत असेल, असं वाटतं का तुला? परंतु आपल्या कुटुंबाच्या भल्यासाठी आपल्या दोघांपैकी एकाला त्याग करावा लागेल.''

हे म्हणणं सुधाताई नाकारू शकल्या नाहीत. एकूण सर्व काही त्यांच्या नीटपणे लक्षात आलं, की त्या दोघांपैकी एकानं कुटुंब आणि घर सांभाळलं, तरच दुसरा पूर्णपणे समर्पित भावनेनं इन्फोसिसचं काम करू शकेल. म्हणून मग थोडी निराशा झाली, तरी त्यांनी इन्फोसिसमध्ये काम करण्याची स्वत:ची इच्छा दाबून टाकली.

त्यानंतर दुसरं कारण मूर्तींनी असं सांगितलं, की इन्फोसिसमध्ये डायरेक्टर म्हणून काम करण्यासाठी इतर डायरेक्टरांच्या तुलनेत सुधाताई अगदी तितक्याच लायक किंवा जास्तच लायक आणि हुशार होत्या. परंतु जर सुधाताईंना डायरेक्टरपदी नेमलं, तर असा प्रश्न उभा होऊ शकतो, की काय कारणानं त्यांना ते पद देण्यात आलं? मूर्तींनी सांगितलं म्हणून? तर मग ते बघून इतर डायरेक्टरही आपापल्या नातेवाइकांना इन्फोसिसमध्ये नोकरी देण्याचा प्रयत्न करतील.

शिवाय एक डायरेक्टर म्हणून सुधाताईंनी काही निर्णय घेतला, तर काही लोकांना वाटेल, की केवळ मूर्तींची पत्नी आहे म्हणून ती हा निर्णय घेत आहे.

इन्फोसिसला प्रगती करायची असेल, तर अशा वंशपरंपरागत जागा देणं हिताचं होणार नाही. मूर्तींची इच्छा होती, की इन्फोसिस कुठल्याही प्रकारच्या अफवांपासून दूर राहून एक प्रतिष्ठित कंपनी व्हावी.

मूर्तींच्या ह्या कठोर निर्णयाचा इन्फोसिसवर दूरगामी परिणाम झाला. कंपनीमध्ये महत्त्वाच्या जागी असलेल्या व्यक्तींनी त्यानंतर त्यांची मुलं किंवा इतर नातेवाईक ह्यांना कंपनीत कामावर घेण्याचा प्रयत्न केला नाही. सर्वांत उच्च जागा असो की

सर्वांत खालची – संस्थेचा मापदंड एकच होता – योग्यता आणि त्या कामाला जरूर ते शिक्षण.

बरेच लोक मूर्तींना विचारत, की सुधाताईंना अशा तऱ्हेनं गृहिणी बनवून घरी बसवणं, हे न्याय्य होतं? सुधाताई अभ्यासात नेहमीच हुशार होत्या आणि कॉम्प्युटर सायन्समध्ये त्यांना सुवर्णपदक मिळालं होतं; तर मग त्यांना असं का वागवण्यात आलं?

सुधाताईंच्या 'The Story of a Dream' ह्या पुस्तकात सुधाताईंनीच ह्या प्रश्नाचं स्पष्ट उत्तर दिलं आहे.

"माझ्या स्वप्नांपेक्षा मूर्तींची स्वप्नं जास्त उच्च कोटीची आहेत. माझी स्वप्नं 'माझं काम, माझं भविष्य' एवढ्याच चौकटीत बंदिस्त आहेत. परंतु मूर्तींचं स्वप्न खूप विशाल आहे. त्यांचं स्वप्न देशाचं वैभव वाढवण्याचे उपाय शोधण्याचं आहे. त्यामुळे मला कधीही असं वाटलं नाही, की कंपनी सोडण्यात मी काही चूक केली. जर माझं स्वप्न तितकंच विशाल आणि देशाच्या विकासात मदतरूप होईल असं असतं, तर मूर्ती माझ्यापेक्षाही जास्त मोठा त्याग करायला तयार झाले असते. मी जे सोडून दिलं आहे, त्याबद्दल मला थोडीही खंत नाही."

ते दिवस आठवताना सुधाताई म्हणाल्या, "तो एक क्लेशदायक त्याग होता, हे खरं; पण तो टाळता येणार नव्हता." तरी पण सुधाताई काही पिंजऱ्यात बंद करून ठेवता येईल, असं पाखरू नव्हत्या. त्यांनी शिक्षण, लेखन आणि सामाजिक कामांच्या क्षेत्रांमध्ये स्वत:ची विशिष्ट अशी ओळख निर्माण केली.

एक मनाविरुद्धचा निर्णय त्यांना स्वीकारावा लागला, तरी सुधाताईंनी हे सगळं कसं मिळवलं?

दृढ निश्चयानं आणि आत्मविश्वासानं. त्यांनी नोकरी सोडली तेव्हाही स्वत:ची संवेदनक्षमता सोडून दिली नव्हती आणि परिस्थितीवश त्यांना इन्फोसिसमधून बाजूला व्हावं लागलं, तेव्हाही सोडली नाही. सुधाताईंचं आयुष्य हे त्यांच्या आत्मविश्वासाचं ज्वलंत उदाहरण आहे.

सुधाताईंनी मग घर आणि मुलं सांभाळण्यात मन रमवलं. त्यांनी त्यांना आवडणारं लेखनाचं कामही पुन्हा सुरू केलं. त्यांनी कन्नड भाषेत दहा-बारा पुस्तकं लिहिली– त्यात ललित लेख, स्मृतिचित्रं, प्रवासवर्णनं आणि कॉम्प्युटरची ओळख करून देणारी पुस्तकं आहेत. ह्यातल्या बऱ्याच पुस्तकांचे तमीळ, इंग्रजी, मल्याळम, मराठी, तेलुगू, गुजराती भाषांमध्ये अनुवाद झाले आहेत. खूप लोकप्रियही झाले. इन्फोसिस ट्रस्टतर्फे सुधाताई समाजसेवेचं खूप काम करतात आणि वेळ मिळेल तेव्हा मुलांना शिकविण्याचं कामही करतात.

◆◆◆

दारं उघडली

७

मूर्तींनी आणि त्यांच्या सहकाऱ्यांनी १९८० च्या दशकात अनेक समस्या असतानाही कंपनीची प्रगती व्हावी म्हणून खूप मेहनत केली होती; परंतु भारत सरकारनं आणि इतर उद्योगधंद्यांनी कॉम्प्युटर आणि सॉफ्टवेअरशी संबंधित कंपन्यांबरोबर सहकार्य केलं नाही आणि त्यांच्या धंद्याचा विकासही झाला नाही.

तशा तर इन्फोसिससारख्या काही कंपन्या हळूहळू विकास करत होत्या, परंतु त्या सर्वांना जास्त संधी आणि प्रोत्साहन मिळत नव्हतं. परदेशात धंदा करण्याचा प्रयत्न केला, तर त्यातही अनेक अडचणी, नियम-कायदे ह्यांच्याशी सामना करावा लागायचा. ह्या सगळ्यांमुळे कंपनीचा विकास अगदी हळूहळू होत होता.

अशा वेळी ज्या दुसऱ्या कंपन्या ह्याच व्यवसायात होत्या, त्या इन्फोसिस विकत घेण्यासाठी पुढे आल्या.

इन्फोसिसच्या संस्थापकांपैकी काहींचं मत होतं, की रोजच्या रोज अडचणींचा सामना करण्यापेक्षा कंपनी विकून टाकणं चांगलं; परंतु मूर्तींचा इन्फोसिसवर संपूर्ण भरवसा होता आणि ते 'स्वत:ला विकायला' अजिबात कबूल नव्हते.

ह्या विषयावर त्या सात जणांमध्ये जवळजवळ पाच तास चर्चा झाली. काही जण म्हणाले, ''आणखी नुकसान होणं आपल्याला झेपणार नाही, तेव्हा वेळ न घालवता कंपनी विकून टाकली पाहिजे.'' तर, दुसऱ्या काहींचा सल्ला होता, की अशा परिस्थितीत माघार घेणं, हा भ्याडपणा होईल. कंपनीला वर आणायला आपण सर्वांनी एकजुटीने काम केलं पाहिजे.

मूर्तींनी सगळ्यांचं म्हणणं ऐकलं आणि मग घोषणा केल्यासारखं ते म्हणाले, ''जर तुम्हा सर्वांना आपल्या टीमवर भरवसा असेल, तर माझ्याबरोबर रहा. नाही, तर दुसरा कोणी माणूस येऊन ही कंपनी विकत घेईल. त्यापेक्षा तुमचे सर्वांचे शेअर्स मी विकत घेईन.''

एकदम सन्नाटा पसरला. सगळेच इतके आश्चर्यचकित झाले, की त्यांना काय उत्तर द्यावं, हे कोणाला समजेचना. ते विचार करत राहिले. तेवढ्यात मूर्ती पुढे म्हणाले, ''हे खरं आहे, की आपल्या देशात अशा प्रकारची कंपनी चालवणं फार अवघड काम आहे. तरीही मला संपूर्ण विश्वास आहे, की ह्या सर्व अडचणी आणि प्रश्न आपण सोडवू शकू.''

चर्चा इथं संपली. मूर्तींबद्दल सर्वांच्या मनात आदराची भावना दाटून आली. सर्व जण आपापल्या मनीच्या शंका-कुशंका विसरले आणि सर्वांनी पुन्हा त्यांच्यावर विश्वास व्यक्त केला. एक अलिखित ठराव झाला, जो सर्वांच्या मनावर कोरला गेला– ह्यानंतर कोणताही भागीदार कंपनी बंद करण्याबद्दल किंवा विकून टाकण्याबद्दल कधीही, काहीही बोलणार नाही.

तसे तर मूर्ती इन्फोसिसमध्ये एक भागीदारच मानले जात; पण त्यांना इतरांपेक्षा जास्त अनुभव होता, म्हणून सर्वांनी त्यांना (CEO) चीफ एक्झिक्युटिव्ह ऑफिसर करून टाकलं होतं. आता कंपनी विकून टाकण्याविरुद्ध जेव्हा मूर्ती पहाडासारखे उभे राहिले, तेव्हा सर्व जण मनापासून त्यांना नेता मानू लागले.

मूर्ती पुष्कळदा म्हणायचे, की कुठलाही व्यवसाय सुरू करायचा आणि तो चालवायचा, हे शंभर मीटर्सच्या शर्यतीसारखं नाही; मॅरेथॉन शर्यतीसारखं आहे. कोणीही पळभरात मैदानाला चक्कर मारू शकत नाही. यशस्वी होण्यसाठी त्याला शर्यत पळण्यायोग्य व्हावं लागतं आणि न दमता तासन्तास मेहनत करून एक-एक मैल पुढे जावं लागतं.

मूर्तींनी इन्फोसिससाठी काम करून हे म्हणणं सिद्ध केलं होतं. जी कंपनी एके काळी नीट चालत नव्हती, ती पुढील काही वर्षांमध्ये भारतातली एक श्रेष्ठ

Infosys®

POWERED BY INTELLECT
DRIVEN BY VALUES

इन्फोसिसचं प्रेरणा देणारं बोधचिन्ह.
बुद्धीची शक्ती आणि जीवनमूल्यं ह्यांना धरून काम.

बेंगळूरूमध्ये इन्फोसिसचं मुख्य कार्यालय.

डावीकडून नंदन नीलकेणी, एस. गोपालकृष्णन, एन.आर. नारायणमूर्ती, के. दिनेश, एन.एस. रघुराम, एस.डी. शिबूलाल.

इन्फोसिसच्या सुरुवातीच्या दिवसातील कर्मचाऱ्यांबरोबर – अगदी डावीकडे नारायण मूर्ती.

१९८० मध्ये बेंगळूरूजवळ मित्रांबरोबर सहलीसाठी गेले असताना :
नारायण मूर्ती (मधील रांगेत डावीकडून दुसरे),
एस.डी. शिबूलाल (सर्वात वर, डावीकडे)
आणि नंदन नीलकेणी (सर्वात वर, एकदम उजवीकडे, थोडेसेच दिसत आहेत).

१९८० मध्ये नारायण मूर्तींच्या बेंगळूरूमधील घरात चर्चा करण्यात गढलेली इन्फोसिसची सुरुवातीची टीम.

८०च्या दशकात सुरुवातीला बेंगळूरूजवळ सहलीसाठी गेले असताना :
डावीकडून – सुधा मूर्ती, नारायण मूर्ती, नंदन नीलकेणी, रोहिणी नीलकेणी.

इन्फोसिसच्या कार्यालयात नारायण मूर्ती येत असताना.

मायक्रोसॉफ्टचे सीईओ स्टीव्ह बालमोर आणि
भारताचे (तत्कालीन) राष्ट्रपती डॉ.ए.पी.जे. अब्दुल कलाम यांच्याबरोबर
इन्फोसिसचे संस्थापक श्री. नारायण मूर्ती (नवी दिल्ली दि. ८-११-२००६).

विश्वविख्यात कंपनी मायक्रोसॉफ्टचे संस्थापक बिलगेट्स ह्यांच्याबरोबर.

स्टॅनफोर्ड युनिव्हर्सिटीचे प्रमुख जॉन हेनेंसीबरोबर, मुंबई येथे.

विप्रोचे अध्यक्ष अझीम प्रेमजींबरोबर बोलत असताना.

सर्व कुटुंबाचे असे उपलब्ध असलेले एकच छायाचित्र –
सुधा मूर्ती, नारायण मूर्ती, कन्या अक्षता आणि पुत्र रोहन.

अक्षता

रोहन

पत्नी सुधा मूर्तींबरोबर
इन्फोसिसच्या आवारात

पुत्र रोहन ह्याने प्रेमाने आग्रह केल्यावरून
लिहिलेले प्रथम पुस्तक हातात धरून.

पारंपरिक पोशाखात

त्यांच्या विशिष्ट शैलीत बोलताना

अत्यंत प्रेरणादायी अशा स्वतःच्या
पहिल्या पुस्तकाबद्दल बोलताना.

कंपनी झाली.

नरसिंह रावांच्या नेतृत्वाखाली १९९१ मध्ये केंद्र सरकार बनलं. ते आणि त्यांचे अर्थमंत्री डॉ. मनमोहनसिंग दोघेही आर्थिक सुधारणांचे समर्थक होते. इन्फोसिससाठी ही एक निर्णायक संधी होती.

आतापर्यंत भारताचा परदेशांशी व्यापार अगदी परंपरागत पद्धतीने चालत आला होता. नरसिंह राव सरकारनं निर्णय घेतला, की देशाचा औद्योगिक विकास करायचा असेल आणि आर्थिक स्थिती सुधारायची असेल, तर व्यापारासाठी मार्ग मोकळे करून मुक्त बाजारपेठ केली पाहिजे.

भारताचे आयात-निर्यातीचे नियम बदलण्यात आले आणि परदेशांशी व्यापार करण्यासंबंधीचे जे कायदे होते, त्यात सूट देण्यात आली. मुक्त व्यापाराचा विकास करण्यात आला. ह्या आर्थिक सुधारणांमुळे भारतीयांना परदेशी जाण्याच्या संधी मिळू लागल्या आणि परदेशी कंपन्या आपल्या देशात पैसे गुंतवू लागल्या. ह्या सर्व संधींचा फायदा घेण्यात इन्फोसिसने थोडाही विलंब लावला नाही.

कुठल्याही कामाच्या सरकारी मंजुरीसाठी कंपनी दीर्घ काळ वाट बघू शकत नसे, तसेच प्रत्येक कामासाठी दिल्लीला धाव घेऊ शकत नसे. कामधंद्याची औपचारिक कागदपत्रं पुरी करायला पूर्वी आठ महिने ते एक वर्ष लागायचं, ते आता एक-दोन दिवसांत होऊन जायचं.

त्याचप्रमाणे परदेश दौऱ्यासाठीच्या रिझर्व्ह बँकेच्या नियमांमध्येही शिथिलता आणण्यात आली. पूर्वी व्यवसायासाठी परदेशी जायचं असेल, तर रिझर्व्ह बँकेकडे अर्ज केल्यावर पाच ते दहा दिवस वाट बघावीच लागायची, परंतु १९९१ नंतर एका दिवसात परदेशी जाणं शक्य झालं.

एखाद्या कंपनीला नवी मोठी योजना हाती घ्यायची असेल आणि कंपनीजवळ पुरेसे पैसे नसतील, तर कंपनीला बाजारात शेअर्स विकायला काढून पैसे जमा करता येऊ लागले. पूर्वी एक संस्था शेअर विकत असे आणि त्या संस्थेचा अधिकारी कंपनीचे शेअर्स बाजारात किती जास्त किमतीला विकायचे, हे ठरवत असे. अशा संस्था १९९१ मध्ये बंद केल्या.

नव्या कायद्याप्रमाणे लिलावासारख्या पद्धतीनं विकत घेणारेच शेअरचे भाव नक्की करू लागले किंवा ठरवू लागले, की कंपनीच्या शेअर्ससाठी किती जास्त पैसे द्यावेत. ह्या पद्धतीचा खूप फायदा झाला. इन्फोसिसचे शेअर्स १९९२ च्या जूनमध्ये बाजारात आले.

अशा तऱ्हेनं १९९१ च्या सुरुवातीला ज्या आर्थिक सुधारणा आल्या, त्यांची इन्फोसिसला खूपच मदत झाली. कंपनीच्या विकासाचं काम खूप भराभरा होऊ लागलं. परंतु ह्याच कायद्यांचे त्यांना इतरही फायदे होत असत.

आधी लिहिलं त्याप्रमाणे १९९१ पासून बऱ्याच परदेशी कंपन्या भारतात पैसे गुंतवू लागल्या. इतर देशांच्या तुलनेत भारतात व्यापार सुरू करायला खूपच कमी खर्च येत असे. म्हणून अमेरिकेसारख्या विकसित देशांमधल्या नामवंत कंपन्या आपापल्या शाखा भारतात उघडण्याच्या शक्यता तपासून बघू लागल्या.

अशा मोठ्या कंपन्या भारतात आल्या, तर स्थानिक कंपन्यांचं काय होणार? भारतीय कंपन्या जर ह्या विदेशी कंपन्यांइतका खर्च करू शकल्या नाहीत, तर खरोखरच प्रश्न उभे होणार.

सर्वांना असं वाटायला लागलं होतं, की इन्फोसिस नक्कीच ह्या प्रश्नात अडकून अडचणीत येणार. असं वाटण्याचं कारण हे होतं, की बहुराष्ट्रीय कंपन्या इतर उद्योगांपेक्षा तुलनेनं जास्त पैसे सॉफ्टवेअर उद्योगात घालत होत्या. त्या सर्वच कंपन्या भारतातल्या मुख्य शहरांमध्ये शाखा उघडून, त्यात लाखो रुपये गुंतवून हुशार तरुणांना लालूच दाखवू शकत होत्या आणि असं झालं, तर इन्फोसिससारख्या कंपनीतले निवडक निष्णात लोक परदेशी कंपन्यांमधे जाण्याच्या मोहात पडू शकणार.

तसंही भारतीय सॉफ्टवेअर मार्केट मजबूत स्थितीत नव्हतंच. ग्राहकांना कुठल्या कंपनीला काम द्यावं, हे ठरवणं अवघड व्हायचंच. त्यामुळे परदेशी कंपन्या आल्यावर त्याचा प्रतिकूल परिणाम भारतीय कंपन्यांवर झाला.

ही परिस्थिती डोळ्यांसमोर ठेवून मूर्ती आणि त्यांच्या साथीदारांनी विचारविनिमय केला. त्यानंतर वर्तमान समस्येवर एक उपाय सापडला– ताबडतोब सरकारला विनंती करावी, की देशात परदेशी कंपन्यांच्या शिरकावावर प्रतिबंध घालता येतील, असे उपाय करावेत.

ह्या वेळी मूर्ती नॅसकॉमचे (NASCOM) अध्यक्ष होते. हा भारतीय सॉफ्टवेअर उद्योगांचा संघ होता. जर ह्या संघानं ठरवलं, तर संघातर्फे ते सरकारला काहीतरी उपाय करायला सांगू शकले असते.

परंतु मूर्तींना तसं करायचं नव्हतं. दुसऱ्यांना काम मिळणार नाही, असं करण्याऐवजी, स्वत:ची प्रतिमा जास्त चांगली करून त्या जोरावर सफल व्हावं, असं त्यांचं मत होतं. म्हणून त्यांना वाटलं, की कंपनीची प्रगती आणि विकास व्हावा ह्यासाठी इतर गोष्टींबरोबर त्यांच्याकडे काम करणाऱ्या सर्वांनी – विशेषत: तरुणांनी – कंपनी सोडून जाणं थांबवण्यासाठी वेगळ्या रणनीतीचा अवलंब केला पाहिजे. त्याचबरोबर हाही निर्णय घेण्यात आला, की तरुणांना दुसऱ्या कंपन्यांचं आकर्षण का वाटतं, हेही बघावं आणि ज्या सवलती दुसऱ्या कंपन्या देतात, त्या सर्व आपणही द्याव्यात.

तसा तर हा निर्णय अगदी सामान्य वाटेल असा आहे; परंतु इन्फोसिस ही असा

विचार करणारी पहिलीच कंपनी होती; आणि तेही अशासाठी, की कंपनीला त्यांच्याकडे काम करणाऱ्या माणसांचं महत्त्व वाटत असे. त्यांचं कल्याण होण्याचं महत्त्व कंपनी समजत होती आणि अशी पावलं उचलण्यानंच येऊ घातलेलं संकट टाळता येणार होतं.

इन्फोसिस एक मोठी कंपनी म्हणून १९९० च्या दशकाच्या सुरुवातीला प्रस्थापित झाली होती. त्यांनी त्यांच्याकडे घेतलेले कॉम्प्युटर विशेषज्ञ खूप काळजीपूर्वक निवड करून घेतलेले असायचे. इतर कंपन्या कमी पगारात काम करून घेण्याच्या लोभानं कमी दर्जाच्या संस्थांत शिकलेले इंजिनिअर्स घेत असत. इन्फोसिस मात्र त्यांच्या तत्त्वाला धरून होती, की ते सर्वश्रेष्ठ शिक्षणसंस्थेतले सर्वश्रेष्ठ इंजिनिअर्सच नेहमी घेतील. त्यामुळे इन्फोसिसमधे काम करणारे सर्वच कॉम्प्युटर विशेषज्ञ आपापल्या क्षेत्रातले तज्ज्ञ होते आणि म्हणूनच इतर कंपन्या त्यांना लालूच दाखवून आपल्याकडे ओढण्याचा प्रयत्न करतील, तर त्यात नवल नव्हतं. ह्या धोक्याच्या परिस्थितीला तोंड देण्यासाठी इन्फोसिस त्यांच्याकडे काम करणाऱ्या माणसांच्या हिताचा जास्त विचार करू लागली.

सुरुवातीपासूनच इन्फोसिसचे सर्व संस्थापक व इतर कर्मचारी ह्यांच्याशी मूर्ती समान पद्धतीनंच वागत. ते नेहमी म्हणायचे, "ते सर्व जण सबंध दिवस खूप काम करतात. संध्याकाळी घरी जात असतील तेव्हा ते दमलेले तर असतीलच. परंतु जेव्हा दुसऱ्या दिवशी कामावर येतील, तेव्हा पुन्हा त्याच उत्साहानं कामाला लागतील."

ह्याचा अर्थ होता, की सर्वांना त्यांच्या श्रमांच्या प्रमाणात पगार आणि इतर सवलती मिळाल्याच पाहिजेत. त्या सर्वांना कामाच्या मोबदल्यात योग्य वेतन, संतोष होईल, असं वातावरण मिळालं पाहिजे.

भावनिक दृष्ट्या आणि मानसशास्त्राच्या दृष्टीनं प्रश्नाच्या मुळापर्यंत पोचण्याची मूर्तींची ही योजना सफल झाली. इन्फोसिसमधे काम करणाऱ्यांचे पगार आणि सवलती इतर कंपन्यांइतक्याच किंवा त्यांच्याहून बऱ्याच जास्तही होत्या. त्याचबरोबर कामाच्या जागेतील वातावरण उत्कृष्ट बनविण्यासाठीही इन्फोसिसनं प्रचंड प्रयत्न केले.

हा विचार डोळ्यांसमोर ठेवून १९९३-९४ मध्ये इन्फोसिसनं बंगळुरूमध्ये सर्व सुखसोई असलेली एक विशाल इमारत बांधली. ही इमारत इन्फोसिसच्या यशाचं एक मोठं प्रतीक झाली. वाचकहो, आठवतंय? इन्फोसिसची सुरुवात १९८२ मध्ये पुण्याला दोन खोल्यांच्या एका घरात झाली होती?

इन्फोसिसच्या बंगळुरूमधील कार्यालयाच्या आवाराची व्याप्ती पन्नास एकरांहून जास्त जागेत आहे. जगातला सॉफ्टवेअर उद्योगाच्या कार्यालयाच्या आवाराचा हा

सर्वांत मोठा परिसर आहे. संपूर्ण आवार एखाद्या लहानशा शहरासारखं वाटतं. ऑफिसच्या इमारतींखेरीज काम करणाऱ्यांच्या सुखसोईंसाठी आणि मनोरंजनासाठी टेनिस कोर्ट, गोल्फ कोर्स, स्वीमिंग पूल, जिम्नॅशियम, रेस्टॉरंट इ. सर्व सोई आहेत.

परंतु, एवढं करणं पुरेसं होतं? इन्फोसिसनं दहा रुपये पगारवाढ केली आणि प्रतिस्पर्धी कंपनीनं शंभर रुपये पगारवाढ केली; तर मग काय करायचं?

दूरच्या भविष्यकाळाचा विचार करता-करता मूर्तींनी भारतात प्रथमच एक क्रांतिकारी योजना अमलात आणली.

त्यांनी सांगितलं, की इन्फोसिसमध्ये काम करणाऱ्या सर्वांना कंपनीच्या विकासाचा आणि नफ्याचा भाग मिळेल. ह्या योजनेला ESOP (Employee Stock Option Plan) असं नाव देण्यात आलं.

भारतात ही अगदी नवी गोष्ट होती. काही यशस्वी अमेरिकन कंपन्यांमध्ये ही योजना अस्तित्वात होती. 'सिलिकॉन व्हॅली कंपनीज' ह्या नावानं ओळखल्या जाणाऱ्या सगळ्याच नव्या अमेरिकन आर्थिक कंपन्या फक्त ESOPमुळेच त्यांच्या कर्मचाऱ्यांना टिकवून ठेवू शकल्या होत्या.

कंपनीच्या स्टॉक ऑप्शनची सवलत ऑफिसच्या कर्मचाऱ्यांबरोबर नव्यानं नेमलेल्या कर्मचाऱ्यांनाही देण्यात येत असे. तो संपूर्ण शेअर नसे, तर विकल्प म्हटला जात असे. त्याचा अर्थ असा, की ठरलेल्या मुदतीनंतर कंपनीचा शेअर आधीपासून ठरवलेल्या भावानं ते विकत घेऊ शकत असत. बाजारात त्या वेळी भाव कितीही असला, तरी शेअर आधीपासून ठरलेल्या किमतीला विकत घेता यायचा आणि खुल्या बाजारात जास्त भावानं विकताही यायचा.

ह्या व्यवस्थेनं इन्फोसिस, स्वत:ला होणाऱ्या नफ्याचा एक ठरलेला भाग कंपनीच्या प्रत्येक कर्मचाऱ्याला देत होती. इन्फोसिस ही पहिली भारतीय सॉफ्टवेअर कंपनी होती, जी मिळणारा नफा तिजोरीत न ठेवता स्वखुषीनं सर्वांबरोबर वाटून घेत होती. मालक आणि कर्मचारी ह्यांच्यामध्ये अंतर पाडणारी रेषा काही प्रमाणात पुसट झाली होती. म्हणूनच सर्वच कर्मचाऱ्यांना कंपनीबरोबरच्या संबंधात आपलेपणा वाटू लागला होता.

हा काळ असा होता, जेव्हा इन्फोसिसचा ध्वज भारतीय आणि आंतरराष्ट्रीय बाजारात उंच फडकत होता. कंपनीच्या शेअर्सचे भाव वाढले होते आणि इन्फोसिसचे बरेच कर्मचारी खूप संपन्न झाले होते.

प्रतिस्पर्धी कंपन्यांमधले निष्णात लोक जेव्हा एका कंपनीतून दुसरीत, अशी धर-सोड करत होते; तेव्हा इन्फोसिसचे फारच थोडे लोक कंपनी सोडून गेले होते.

अगदी वरच्या हुद्द्यांवरच्या लोकांपैकी इन्फोसिसचे सर्व भागीदार एकत्र होते.

इन्फोसिसच्या सात संस्थापकांपैकी फक्त अशोक अरोरा एकटेच काही कारणांनी १९८९ मध्ये इन्फोसिस सोडून गेले होते; बाकीचे सर्व मूर्तींच्या नेतृत्वाखाली त्यांच्या बरोबरच राहिले होते.

मूर्ती म्हणायचे, "माझी सर्वांत मोठी शक्ती आहे माझी इन्फोसिसची टीम. जर पुढे कधीही मला दुसरी कंपनी उभी करण्याची संधी मिळाली, तर मला नक्कीच माझे हे मित्र माझ्याबरोबर असायला हवे असतील."

इन्फोसिसच्या संस्थापकांपैकी प्रत्येक जण आपापल्या क्षेत्रात विशेषज्ञ होता. उदा:- एन.एस. राघवन् अतिशय हुशार मानव-संसाधन प्रबंधक होते. एस. गोपालकृष्णन् कंपनीच्या तांत्रिक निर्णयांसाठी जबाबदार होते. ह्याचप्रमाणे बाकीचेही सर्व. प्रत्येकाला त्याचा अनुभव आणि ज्ञान ह्यांना अनुरूप जबाबदारी सोपवण्यात आली होती.

मूर्ती अभिमानानं सांगायचे, की इन्फोसिसची सर्वांत मोठी संपत्ती आहे, तिथे काम करणारे कमालीचे जाणकार लोक.

इन्फोसिसला १९९३ मध्ये ISO 9001 गुणवत्ता प्रमाणपत्र देण्यात आलं.

दुसऱ्याच वर्षी इन्फोसिसचा पसारा खूप जास्त वाढविण्याची योजना बनवण्यात आली. भारतातल्या सगळ्याच मोठ्या शहरांमध्ये इन्फोसिसची ऑफिसेस उघडण्यात आली. पुढे क्रमाक्रमानं परदेशातही ऑफिसेस उघडण्यात आली. ह्या ऑफिसेससाठी मोठ्या संख्येनं नवी माणसंही कामावर घेण्यात आली.

इन्फोसिसची शक्तीही वाढली आणि नफाही वाढला. सन १९९४ ते १९९७ एवढ्या अवधीत इन्फोसिसचा नफा तिप्पट वाढला होता.

परंतु, कंपनीचं ध्येय बघता, फक्त नफा मिळवत राहणं योग्य होतं? त्यांची सामाजिक जबाबदारी काहीच नव्हती? बल्गेरियाच्या जेलमध्ये मूर्तींना आलेले डाव्या पक्षाकडे झुकणारे विचार काय हवेत उडून गेले होते?

◆◆◆

त्यांना परत द्या

८

असाही एक काळ होता, जेव्हा डाव्या विचारसरणीने प्रभावित झालेल्या मूर्तींनी पॅरिसमधे जे काही पैसे मिळवले होते, त्यातले बरेचसे तिथल्याच गरजू लोकांना देऊन टाकले होते. स्वत: रिकाम्या हातांनी भारतात परत आले होते. त्यानंतर त्यांनी इन्फोसिसची स्थापना केली होती आणि ती कंपनी भारतातली सर्वांत मोठी सॉफ्टवेअर कंपनी झाली होती. ह्या कंपनीनं कित्येक शिक्षित तरुणांना नोकऱ्या दिल्या होत्या.

मूर्तींनी जेव्हा इन्फोसिसची स्थापना केली, तेव्हा त्यांच्या मनात जो विचार मुख्य होता, तो होता– देशासाठी पैसे कमावणं. त्यांना दृढ विश्वास होता, की तसे पैसे मिळवल्यावरच गरजू लोकांना पुरेशी आर्थिक मदत करणं शक्य होईल.

म्हणून १९८० च्या दशकाच्या मध्यावर जेव्हा इन्फोसिस खूप मोठी कंपनी झाली, तेव्हा मूर्तींनी

स्वत:चं लक्ष समाजातल्या खालच्या स्तरातल्या लोकांची सेवा करण्याकडे वळविण्याचं ठरवलं.

ह्याबद्दल ते म्हणतात, "कुठलीही कंपनी कुठल्याही तऱ्हेनं सफल होऊ शकते; परंतु जर कंपनीला सामजिक जबाबदारीची जाणीव नसेल, तर साफल्य संपूर्ण होणार नाही."

सरकार कितीही चांगलं असलं, तरी जगातल्या दोन नंबरच्या सर्वांत जास्त लोकवस्ती असणाऱ्या देशात संपत्ती आणि इतर सुखसोईंचं समान वितरण होईल अशी आशा बाळगण्यात अर्थ नाही.

अन्न, वस्त्र, निवारा, आवश्यक त्या रुग्णसेवा, औषधं आणि शिक्षण अशा महत्त्वाच्या गरजांपासून सुरुवात केली, तरी एक लांबलचक यादी होते, जी कित्येक लोकांसाठी एक अपूर्ण स्वप्न बनूनच राहाते. ह्याचमुळे श्रीमंत आणि गरीब ह्यांच्यामधली दरी जास्त जास्त मोठीच होत जाते. ही स्थिती बदलायची असेल, तर श्रीमंतांनी गरीब लोकांना मदत करण्यासाठी हात पुढे केला पाहिजे. मूर्तींचे समाजाबद्दल विचार असे होते.

मूर्तींप्रमाणेच इन्फोसिसचे इतर संस्थापक आणि साथीदार ह्यांनाही सामाजिक कर्तव्यात रुची होती. म्हणूनच सर्वांच्या सहमतीनं बऱ्याच महत्त्वपूर्ण अशा योजना आखण्यात आल्या. परंतु ह्या योजना अमलात आणण्यासाठी मजबूत संघटन आणि पूर्ण समर्पणाची भावना ह्या दोन गोष्टी आवश्यक होत्या. त्या असल्या तरच सर्व जण निश्चिंत राहू शकणार, की खर्च करण्यात आलेल्या पैशांचा दुरुपयोग न होता ते गरजू लोकांपर्यंत पोचत आहेत.

लहानपणापासून सुधाताईंच्या मनाचा कल दानधर्माकडे होता. त्यांनी टेल्कोतली नोकरी सोडली, तेव्हा टाटा ग्रुपचे प्रमुख जे.आर.डी. टाटांनी त्यांना सांगितलं होतं, "ज्या समाजामुळे आपल्याला फायदा मिळेल, त्या समाजालाच आपण तो फायदा परत दिला पाहिजे."

टाटांचं हे सांगणं सुधाताईंच्या मनावर खूपच ठसलं होतं. पूर्वीपासूनच त्या महात्मा गांधी आणि गौतम बुद्ध ह्यांच्या विचारांनी प्रभावित होत्या. टाटांच्या सांगण्याचाही त्यांना विसर पडला नव्हता. परंतु त्यांचे हे सर्व विचार प्रत्यक्षात आणायला आणखी एक कारणीभूत घटना झाली.

सुधाताई एका कॉलेजात शिकवत होत्या आणि तेथील कॉम्प्युटर विज्ञान विभागाच्या त्या प्रमुख होत्या. त्यांची मुलगी अक्षता दहावीत होती. तिच्या फावल्या वेळात ती काही नेत्रहीन विद्यार्थ्यांना शिकवायची. हुशार असूनही गरिबीमुळे ती मुलं पुढे शिकू शकत नव्हती. त्यांच्यातल्या एकाला पुढे शिक्षणासाठी दिल्लीला जायचं होतं, परंतु त्याच्यासाठी तो खर्च करणारं कोणी नव्हतं.

पंधरा वर्षांच्या अक्षतानं आईला म्हटलं, की ती (आई) त्या मुलाला मदत करू शकेल. परंतु सुधाताई तेव्हा कॉलेजमधे जाण्याच्या गडबडीत होत्या, त्यामुळं त्यांनी त्यांची मुलगी काय म्हणत होती इकडे नीट लक्ष दिलं नाही आणि घाईघाईत काहीतरी उत्तर देऊन त्या कॉलेजला गेल्या.

त्या कॉलेजमधून परत आल्यावर अक्षता पुन्हा त्यांच्याकडे आली आणि म्हणाली, की त्या मुलाच्या वतीनं ती म्हणत होती, ते अगदी बरोबर होतं. मग अगदी नम्रपणानं आईची चूक दाखवत ती पुढे म्हणाली, "आई, मानसिक आणि आर्थिक दोन्ही प्रकारे त्या विद्यार्थ्याला मदत करणं तुला शक्य आहे; तरी तू नाही म्हणतेयस!"

सुधाताईंना मुलीच्या बोलण्यानं विचार केला, तेव्हा त्यांना अपराधी वाटलं. विचारचक्रात बुडून जाऊन त्या भूतकाळ आठवू लागल्या. 'माझ्या आयुष्याची पंचवीस वर्षं मी शिकण्यात-शिकवण्यात घालवली. त्यानंतरची वीस वर्षं पतीला मदत करण्यात आणि कुटुंबाकडे लक्ष देण्यात घालवली. आता कुटुंबाचं अगदी ठीक चाललंय. इन्फोसिसही यशाची शिडी भराभर चढते आहे. मुलंही मोठी झाली आहेत. मग आता काय माझं आयुष्य संपलं? इथून पुढे माझं काहीच कर्तव्य नाही?'

त्यांना टाटांचे शब्दही आठवले. कित्येक दिवस विचारांचा गुंता सोडवण्यात घालवल्यावर सुधाताईंना एक स्पष्ट निष्कर्ष काढता आला. त्यातलं पहिलं पाऊल म्हणून त्यांनी कॉलेजमधली नोकरी सोडली आणि मग त्या मूर्तींना म्हणाल्या, की गरजू लोकांना मदत करण्यासाठी एक संस्था सुरू करण्याची त्यांची इच्छा आहे.

मूर्तींच्या मनातही अशी एखादी संस्था उभी करण्याचा विचार घोळतच होता. त्यांनी लगेचच त्यासाठी व्यवस्था करायला सुरुवात केली. मग १९९६ च्या डिसेंबरमध्ये इन्फोसिस फाउंडेशनची स्थापना करण्यात आली. संस्था समाजातल्या तळागाळातल्या लोकांसाठी – विशेषत: स्त्रिया आणि मुलांच्या मदतीसाठी – 'ना नफा ना तोटा'ह्या धोरणानं स्थापन करण्यात आली. फाउंडेशनचं नेतृत्व सुधा नारायण मूर्ती करणार होत्या. एन.एस. राघवन् आणि सुधा गोपलकृष्णन्ही त्यांच्या मदतीला आल्या. त्या दोघांनाही समाजसेवेच्या कामांमध्ये खूप रुची होती.

इन्फोसिस भारताच्या अगदी मागासलेल्या खेड्यांमध्ये जाऊन पोचली. तिथे त्यांनी शाळा व रुग्णालयं उघडली. कॉम्प्युटर्स, लायब्ऱ्या व इतर सोई उपलब्ध करून दिल्या. हुशार विद्यार्थ्यांना आर्थिक साह्य दिलं आणि ज्यांना राहायला घरं नव्हती, त्यांना घरं बांधून दिली.

सुधाताई देशभर हिंडल्या. वेगवेगळ्या लोकांना भेटल्या आणि त्यांच्या अडचणी समजून घेतल्या. ह्या माहितीच्या आधारे गरजू लोकांना मदत देण्यात आली.

फाउंडेशनबद्दल बोलताना मूर्ती अभिमानानं सांगतात, की ह्या कामाबद्दल आमच्या सर्व डायरेक्टरांमध्ये एकमत होतं. कॉम्प्युटर उद्योगाचा विकास केवळ शिकलेल्या लोकांसाठी आणि मोठ्या कंपन्यांच्या लाभासाठीच नव्हता. हा लाभ समाजातल्या सगळ्या स्तरांतल्या लोकांपर्यंत पोचला पाहिजे, ह्यासाठी आमच्या कमाईचा एक ठरलेला हिस्सा आम्ही अशा उपयोगी कामांसाठी बाजूला काढून ठेवला आहे.

गेल्या बारा वर्षांमध्ये सुधाताईंच्या नेतृत्वाखाली चालणाऱ्या ह्या फाउंडेशनला कितीतरी प्रतिष्ठित पुरस्कार मिळाले आहेत. फाउंडेशनला सामाजिक कार्यासाठी भारतातून आणि परदेशातून वीसहून जास्त पुरस्कार मिळाले आहेत. परंतु इतकी प्रशंसा आणि पुरस्कार ह्यांनी सुधाताईंचं आणि मूर्तींचं सेवाकार्य थांबलेलं नाही. ती दोघं नेहमी आपापल्या कामांमध्ये मग्न असतात आणि पूर्वीसारखीच त्यांची राहणी अजूनही साधी आहे.

मूर्ती आणि सुधाताई आजही बंगळुरूच्या जयनगर भागातल्या एका अपार्टमेंट बिल्डिंगमधल्या अगदी साध्या फ्लॅटमधे राहतात. त्यांच्याकडे नोकर नाही, की स्वयंपाकी नाही. शक्यतोवर सुधाताई स्वयंपाक आणि घरातली इतर कामं स्वतःच करतात. मूर्तींही त्यांना ह्या कामात कधी कधी मदत करतात. त्यामुळे त्यांना 'कॉर्पोरेट गांधी' म्हटलं जातं.

परंतु प्रश्न असा पडतो, की भारतातल्या सर्वांत मोठ्या खासगी कंपनीच्या एका संस्थापकानं असं साधं आयुष्य का म्हणून जगावं? काही नाही तर घरकामाला तरी ते माणसं का ठेवत नाहीत? हे दोन प्रश्न त्यांना वरचेवर विचारले जातात.

"आम्ही आमच्या रोजच्या गरजा पुऱ्या होण्याइतके पैसे मिळवतो, परंतु ह्या गरजा पूर्ण झाल्यावर अमुक एका पातळीपेक्षा जास्त कमावणं अर्थहीन होतं. म्हणून त्या जास्तीच्या कमाईकडे आम्ही समाजात बदल घडवून आणण्यासाठी आणि मानवजातीची सेवा करण्याची संधी, अशा दृष्टीनं बघतो." असं त्या प्रश्नाचं उत्तर मूर्तींनी दिलं होतं.

मूर्तींसारखेच इन्फोसिसचे दुसरे डायरेक्टरही सामाजिक कार्यात रुची घेतात. उदा. मूर्तींचे दीर्घकालीन स्नेही आणि इन्फोसिसचे दुसरे संस्थापक नंदन नीलकेणी बंगळुरू ॲक्शन टास्क फोर्सचे (BATF) अध्यक्ष आहेत. ही संस्था शहरातील सुखसोई वाढवण्यासाठी काम करते.

समाजकल्याण योजना आणि गरजू लोकांसाठीच्या योजना यांसाठी इन्फोसिस वर्षाला साधारण पाच कोटी रुपये वापरते. हे सर्व पैसे इन्फोसिस फाउंडेशनमार्फत वेगवेगळी गावं, शहरं, डोंगराळ भागातले गरीब, निराश्रित, हुशार विद्यार्थी, परित्यक्ता आणि बालके ह्यांच्यापर्यंत पोचतात.

वेगवेगळ्या समाजहिताच्या संस्था तीन पातळ्यांवर चालविल्या जातात– स्वास्थ्य, शिक्षण आणि सामाजिक विकास.

स्वास्थ्यामध्ये सर्वांत महत्त्वाचं काम आहे स्वास्थ्य शिबिरं चालवणं आणि रुग्णालयं बांधणं. एखाद्या ठिकाणी सरकारी हॉस्पिटल आधीच असेल, तर इन्फोसिस फाउंडेशन त्यांच्याकडे नसलेली गरजेची साधनं आणवून देते. मूलभूत आरोग्यसेवा नसेल तसेच दुष्काळग्रस्त, भूकंपग्रस्त भागांमध्ये फाउंडेशन जीवनरक्षक औषध, ॲम्ब्युलन्स इ. देते.

शिक्षणक्षेत्रात फाउंडेशनने कर्नाटकातल्या प्रत्येक ग्रामीण शाळेत प्रत्येकी सुमारे शंभर पुस्तकं असलेली पाच हजारांहून जास्त वाचनालयं उघडली आहेत. ज्या शाळेला स्वत:ची इमारत नसेल, तिथे इमारत बांधण्यासाठी, दुरुस्तीसाठी किंवा पुन्हा बांधण्यासाठी आर्थिक मदत देते आणि तेथील हुशार विद्यार्थ्यांना शिष्यवृत्त्या देण्यात येतात.

ज्या लोकांचे आप्तच त्यांना त्रास देत असतील, अशांना फाउंडेशन चांगलं आयुष्य जगायला मदत करते.

ह्याखेरीज, रस्त्यावरचा कचरा गोळा करणाऱ्या मुलांचं पुनर्वसन, वेश्याव्यवसाय बंद करणे, तसेच अंधश्रद्धा निर्मूलन अशा योजनाही फाउंडेशन राबवते. घरातून बाहेर काढले गेलेले वृद्ध, मनोरुग्ण, अशांसाठी आश्रम सुरू करण्याचे कामही फाउंडेशन करते.

त्याचबरोबर आपल्या संस्कृतीचं पुनरुत्थान करण्यासाठी वेगवेगळ्या कला, प्राचीन शिल्पं व तैलचित्रं ह्यांच्या संरक्षणातही मदत करते. ह्या योजनेमार्फत अनेक पारंपरिक कलांना आधुनिक रंगमंचावर प्रदर्शित करण्यात येते. इन्फोसिसचं ध्येय तरुण पिढीला आपल्या संस्कृतीचा परिचय करून देणं, हे आहे.

मूर्ती ह्या योजनांना पाठिंबा देतात व आर्थिक मदतही करतात. ते गाजावाजा न करता इतर महत्त्वाच्या सामाजिक सेवांशीही संलग्न आहेत. भारतातील उच्च शिक्षणाचा दर्जा सुधारण्यासाठी ते अनेक तऱ्हांच्या शिक्षणसंस्थांना मदत करत असतात. त्यांचं ध्येय 'आपल्या उच्च शिक्षणव्यवस्थेचं सुवर्णयुग परत आणणं', हे आहे. एके काळी आपली शिक्षणव्यवस्था जगात सर्वश्रेष्ठ आणि आदराचं स्थान असलेली होती. आज शिक्षणव्यवस्थेत होत असलेला मूल्यांचा ऱ्हास थांबवून उच्च शिक्षणव्यवस्थेत सुधारणा करण्यानंच ते स्थान पुन्हा मिळविता येईल.

उच्च शिक्षणात झालेल्या मूल्यांच्या ऱ्हासाचं सर्वांत मोठं कारण म्हणजे सरकारकडून येणारी मदत कमी असणं. अपुऱ्या सुविधांमुळे शिक्षणाची गुणवत्ता खाली गेली आहे.

उच्च शिक्षणाच्या पातळीचा ऱ्हास काही आत्ताच झाला आहे, असे नाही.

सुरुवात तर आधीपासूनच झाली होती. उच्च शिक्षण देणाऱ्या संस्थांसाठी हे अत्यंत आवश्यक आहे, की तरुणांना शिकवणारे शिक्षक उच्च दर्जाचे असले पाहिजेत, जे देशाच्या भविष्याची आधारशिला होऊन देशाचं भविष्य उज्ज्वल करण्यासाठी महत्त्वाची भूमिका बजावतील. ह्याचसाठी मूर्तींना वाटतं, की उच्च शिक्षण संस्थांचं पुरुज्जीवन करणं जरूर आहे.

हा हेतू साध्य करण्यासाठी मूर्तींनी कोट्यवधी रुपयांच्या देणग्या दिल्या आहेत. त्यांनी मोठमोठ्या व्यक्तींकडून आणि भूतपूर्व विद्यार्थ्यांकडून बरीच रक्कम गोळा केली आहे. 'इन्डियन एक्स्प्रेस'मध्ये आलेल्या एका बातमीप्रमाणे आय.आय.टी. कानपूरमध्ये सुधारणा करण्यासाठी मूर्तींनी पंचवीस कोटी रुपये जमवले. ते स्वतः तिथे विद्यार्थी होते.

नव्या क्लासरूम्स, होस्टेल आणि ऑडिटोरियम बनवण्यासाठी, आधुनिक कॉम्प्युटरच्या सोई वाढवण्यासाठी आणि विद्यार्थ्यांना शिकवण्यासाठी जगभरातून विद्वान लोकांना बोलविण्यासाठी ह्या पैशांचा उपयोग करण्यात आला.

श्रेष्ठ दर्जाच्या उच्च शिक्षणाचं महत्त्व चांगलं माहीत असल्यामुळे मूर्तींनी त्यांच्या कंपनीतल्या स्टाफसाठी एक उत्कृष्ट प्रशिक्षणसंस्था स्थापन केली आहे. ह्या ट्रेनिंग सेंटरचं नाव 'इन्फोसिस लीडरशिप इन्स्टिट्यूट' आहे. इन्फोसिसच्या सर्व लोकांमधे नेतृत्वगुणांचा विकास होण्यासाठी ह्या सेंटरचा उपयोग होतो. ह्या संस्थेत स्वतः संस्थापकांपासून सर्व कर्मचारी ट्रेनिंगसाठी जातात आणि आपल्या अंगच्या नेतृत्वगुणांचा विकास करतात. ह्या सेंटरमध्ये इन्फोसिसचे पुढील पिढीतील नेते तयार होत आहेत.

मूर्तींच्या मते, नेतृत्व ही अशी गोष्ट आहे, जी असणारी व्यक्ती ते काम हिंमत दाखवून पुरं करते, जे काम इतर लोक अशक्य समजून करण्याचं टाळतात. इन्फोसिसमधे असे खूप लोक आहेत, जे असं करतात आणि म्हणूनच ही कंपनी मोठ्यातला मोठ्या अडचणीही उत्तम तऱ्हेनं सोडवते.

◆◆◆

आदर्श मार्गदर्शक

९

मोठमोठे व्यापारी आणि उद्योगपती, तसेच तरुण विद्यार्थी– असे बरेच भारतीय मूर्तींना आणि सुधाताईंना त्यांचे आदर्श मानतात.

खरोखरच गेल्या दहा वर्षांमधल्या त्यांच्या यशाची कहाणी महानच आहे. त्या दोघांनीही टेक्निकल क्षेत्रात प्रयोग करणं, अनेक जणांसाठी नोकऱ्या उपलब्ध करून देणं, पैशांची बचत कशी करावी आणि समाजसेवा कशी करावी, ह्या सर्वच बाबतींमध्ये मार्गदर्शन करून अत्यंत महत्त्वाचं काम केलं आहे.

गांधीजींच्या तत्त्वज्ञानानं अतिशय प्रभावित झालेल्या मूर्तींनी त्यांच्या आयुष्याचे सिद्धान्तही त्या अनुसारच ठरविले आहेत. स्वभावानं संकोची असणारे मूर्ती कोणाला राग येईल असे शब्द कधी बोलत नाहीत; आणि त्यांनाही कोणाच्या बोलण्याचा कधीही राग येत नाही. इन्फोसिसमध्ये काम करणाऱ्या प्रत्येकाला ते आदरानं वागवतात.

त्यांची पत्नी, नातेवाईक किंवा इन्फोसिस परिवारातील कोणीही एखादं काम अपेक्षेपेक्षा जरा कमी चांगलं केलं, तरीही ते त्या व्यक्तीची मनापासून प्रशंसा करतात आणि काम जर खूप चांगलं झालं असलं म्हणजे मग तर खूपच प्रशंसा करतात; परंतु ते कामाच्या गुणवत्तेच्या बाबतीत कधीही तडजोड करत नाहीत. एखादा सॉफ्टवेअरचा रिपोर्ट किंवा माहिती कितीही चांगली असली, तरी ती जास्त चांगली बनवण्याचा प्रयत्न करतात.

ते विद्यार्थी होते, तेव्हा परीक्षा देऊन परत आले आणि त्यांना कोणी विचारलं, 'कसा गेला पेपर?' तर त्यांचं उत्तर ठरलेलं असे– "नॉट बॅड – बरा गेला!" आणि जर ह्याहून थोडं वेगळं उत्तर आलं तर समजावं, की त्यांना ९९ टक्के मार्क मिळतील!

ते कधीही आत्मसंतुष्ट नसायचे आणि म्हणूनच ते इतके वर पोचू शकले. अजूनही, आता जेव्हा इन्फोसिस भारतातल्या खूप मोठ्या कंपन्यांपैकी एक झाली आहे, तेव्हाही मूर्ती इन्फोसिसला 'विकसनशील' कंपनीच म्हणतात.

मूर्ती १९६७ मध्ये जेव्हा ग्रॅज्युएट झाले, तेव्हा एका घटनेचा त्यांच्या मनावर खूप परिणाम झाला होता. ते शिकत होते, त्या इंजिनिअरिंग कॉलेजमध्ये पहिल्या नंबरनं पास झाल्यावर त्यांनी कर्नाटकातल्या दुसऱ्या एका इंजिनिअरिंग कॉलेजमध्ये लेक्चररच्या जागेसाठी अर्ज केला होता. त्यांच्याचबरोबर पास झालेल्या एका मुलानंही त्याच जागेसाठी अर्ज केला होता. मूर्तींपेक्षा त्याला बरेच कमी मार्क मिळाले होते, त्यामुळे मूर्तींना भरवसा होता, की ती नोकरी त्यांना मिळून जाईल. परंतु कॉलेजच्या संचालकांनी त्यांना इंटरव्ह्यूसाठीही बोलावलं नाही. कारण असं होतं, की त्यांचा तो मित्र आणि कॉलेजचे संचालक एका जातीचे होते!

इंटरव्ह्यूसाठी त्यांना बोलावलं नाही ह्याचं मूर्तींना इतकं दुःख नव्हतं, जितकं जातीच्या कारणानं, त्यांची योग्यता लक्षात न घेता पक्षपात केला गेला, ह्याचं होतं.

मूर्तींचा दृष्टिकोन एकच आहे– कुठल्याही क्षेत्रात योग्यतेचं महत्त्व सर्वांत जास्त असलं पाहिजे. अर्थात ते बऱ्याचदा असंही म्हणायचे, की नुसतीच योग्यता पुरेशी नाही; कर्मचारी इमानदारीनं आणि न्याय्य पद्धतीनं पैसे मिळविणारा असला पाहिजे. एवढंच नाही, तर ते म्हणायचे की आपण सर्वांनीच कायदेशीरपणे मिळकतीवरचा कर भरला पाहिजे आणि त्यात काही विशेष वेगळी सूट मिळण्याची अपेक्षा ठेवू नये. बुलंद आवाजात त्यांचे हे विचार ते स्पष्टपणे सांगत असल्यानं इतर उद्योगपती त्यांच्यावर चिडायचे.

लहानपणापासूनच मूर्ती उच्च संस्कारात वाढले होते. त्यांच्या तल्लख व्यापारी बुद्धीसारखेच त्यांचे समाजकल्याण आणि औदार्य ह्यांवरील विचारही चर्चेचा विषय झाले; परंतु लोकांनी ह्या गोष्टींचं कौतुकही केलं. इन्फोसिस फाउंडेशनच्या समाजकार्याची तर सर्वांना माहिती आहेच.

मूर्तींच्या विचारांचं प्रतिबिंब त्यांच्या कामातही पडत असे. कंपनीला झालेला नफा, त्यांचे सहकर्मचारी आणि कंपनीच्या यशात सहभागी असतील त्या सगळ्यांबरोबर वाटून घेण्याची त्यांची वृत्ती अनेक कंपन्यांसाठी उदाहरण झाली आहे.

पॅरिसमध्ये मूर्तींना आलेले अनुभव आणि डाव्या विचारसरणीकडे झुकणारे त्यांचे विचार ह्या सर्व गोष्टींच्या मुळाशी असावेत, असं वाटतं. सुरुवातीपासूनच त्यांचं संपूर्ण लक्ष देशासाठी पैसे मिळवणं, ह्या विचारावर केंद्रित होतं; स्वत:च फक्त खूप श्रीमंत होण्याची त्यांची कधीच इच्छा नव्हती.

इन्फोसिसच्या सात संस्थापकांपैकी ते एक होते आणि कंपनीच्या प्रगतीचे समर्थ मार्गदर्शक असूनही त्यांच्याकडे कंपनीचे दहा टक्क्यांहूनही कमी शेअर्स आहेत. त्यांनी तसे अशासाठी केलं, की मालक आणि कर्मचारी ह्यांच्यामध्ये फार मोठी दरी असू नये आणि कंपनीचं रूप एखाद्या मोठ्या कुटुंबासारखं असावं.

एक गंमत वाटण्यासारखी आश्चर्याची गोष्ट म्हणजे, मूर्तींना भेटायला कधी कोणी महत्त्वाची, मोठी व्यक्ती आली असेल आणि एखादा चपराशी मूर्तींसाठी पाहुण्यांसाठी काही गरम किंवा शीत पेय घेऊन आला, तर मूर्ती त्याची ओळख 'माझा सहकारी' म्हणून करून देतात!

स्वभावानं मूर्ती निर्मळ स्वभावाचे आहेत. ते म्हणतात, "जेव्हा आपल्यावर अडचणींचे डोंगर कोसळतात तेव्हाच आपण देवाची आठवण काढतो, प्रार्थना करतो, श्रद्धा बाळगतो. तसंच, जेव्हा म्हणून आयुष्यात काही चांगलं होईल, तेव्हा ती देवाची कृपा असंच मी मानतो."

'प्रत्येक गोष्ट देवाच्या मर्जीनं होत असते,' असा मूर्तींचा विश्वास आहे. रोज सकाळी सुमारे साडेसहा वाजता ते ऑफिसात पोचतात आणि दिवसातले जवळजवळ पंधरा तास काम करतात. म्हणजे, आठवड्यातले सुमारे नव्वद तास झाले. त्यामुळे त्यांना फावला वेळ असा मिळणं तसं अवघडच असतं. पण जो थोडा वेळ मिळतो, तो ते संगीत ऐकण्यात घालवतात. त्यांच्या वडिलांप्रमाणे त्यांनाही पाश्चात्त्य संगीत खूप आवडते. त्यांच्याकडे एक हजाराहून जास्त टेप्स आणि डिस्क्सचा संग्रह आहे.

संगीतापेक्षाही मूर्तींना पुस्तकांची जास्त आवड आहे. प्रत्येक महिन्याला त्यांचा बराचसा खर्च पुस्तकं विकत घेण्यावर होतो.

बंगळुरूच्या शांत जयनगर भागात एका साध्या फ्लॅटमधे राहणाऱ्या मूर्तींचा दिवस खूपच लवकर सुरू होतो. घरातलं काम आणि पूजा केल्यानंतर ते लगेच कामाला लागतात. थोडा जास्त मोकळा वेळ मिळाला, तर ते त्यांच्या 'कुंड्यांच्या बागेचं' काम करतात आणि मग सकाळी दहा वाजता ते कामावर जायला निघतात– स्वत:च्या गाडीत किंवा कंपनीच्या बसमधून.

मूर्तींच्या आणखी एका वैशिष्ट्याचं खूप लोकांना कौतुक वाटतं. ते म्हणजे,

ते इतक्या उच्च पदावर काम करत असले, तरी त्यांचं 'भारतीयत्व' त्यांना टिकवून ठेवायचं असतं. त्यामुळं चार लोकांत उघडपणे असं सांगायला त्यांना मुळीच अवघड वाटत नाही, की त्यांचं खासगी जीवन गांधीजींचे विचार आणि ईश्वरावर श्रद्धा ह्यांवर आधारित आहे.

मूर्ती म्हणतात, की प्रत्येक भारतीय दुहेरी जीवन जगतो– स्वत:च्या कुटुंबीयांची जबाबदारी सांभाळणारा कुटुंबप्रमुख म्हणून आणि ऑफिसमध्ये कामात गढलेला व्यावसायिक म्हणून. तो दोन्ही भूमिका उत्तम तऱ्हेनं निभावतो.

असे बरेच लोक असतात, ज्यांना हे ठरवणं अवघड वाटतं, की ह्यातली कोणती भूमिका पार पाडणं चांगलं आणि सध्याच्या जीवनशैलीत आपण कसं वागलं तर आपल्या परंपरेला आणि संस्कृतीला हानी न पोचता जगता येईल. अशा संभ्रमित लोकांसाठी मूर्तींची जीवनशैली आणि इन्फोसिसचं यश ही अनुकरण करण्यासारखी खूप चांगली उदाहरणं होऊ शकतात. महत्त्वाची गोष्ट ही आहे, की देशात आणि परदेशात इतके मानसन्मान मिळवणाऱ्या इन्फोसिसनं आणि तिच्या संस्थापकांनीही आपलं भारतीयत्व सोडलेलं नाही.

मूर्तींना त्यांच्या शिक्षकांविषयी खूप आदर वाटतो. आय.आय.टी. आणि आय.आय.एम.सारख्या संस्थांमध्ये त्यांचा फार चांगला विकास झाला, कारण तिथे त्यांना योग्य असे शिक्षक मिळाले. आयुष्यात जेव्हा काही महत्त्वाचा निर्णय घेण्याची वेळ येते, तेव्हा ते नेहमी त्यांच्या शिक्षकांना भेटतात. कदाचित ह्याचं कारण हेही असेल, की शैक्षणिक व्यवसायाची त्यांना अत्यंत आवड होती. त्यांना जवळून ओळखणाऱ्या लोकांच्या सांगण्याप्रमाणे मूर्ती जरी व्यावसायिक असले, तरी मनानं ते एक शिक्षकच आहेत. ऑफिसच्या कामात खूप व्यग्र राहत असल्यामुळे मूर्तींना शिक्षणाच्या जगाशी संबंध ठेवायला खूपच कमी वेळ मिळतो ह्याचं त्यांना वाईटही वाटतं.

त्यामुळे जेव्हा संधी मिळेल, सवड मिळेल, तेव्हा तेवढ्या वेळाचा उपयोग ते विद्यार्थ्यांशी बोलण्यात घालवतात– मग तो पहिलीतला मुलगा असो, की उच्च शिक्षण घेण्याची तयारी करणारा तरुण असो. त्यांना सर्वच विद्यार्थ्यांबद्दल खूपच कौतुक वाटतं. त्यांच्या मते, हे विद्यार्थीच तर भावी भारताचे शिल्पकार आहेत. त्यांच्या मते, विद्यार्थ्यांनी आणि सर्वच मुलांनी तीन शक्तींचं नेहमी आभारी असलं पाहिजे– आई-वडील, शिक्षक आणि मातृभूमी. कारण ह्या तिघांनीच त्यांची जडणघडण केली आहे.

ह्या तरुणांना आयुष्याचा खरा चांगला मार्ग दाखवत मूर्ती म्हणतात, "कुठल्याही परिस्थितीत माणसानं प्रामाणिक राहावं. कायद्याचं पालन करावं. प्रामाणिकपणानं पैसे मिळवावेत आणि त्यातून अमुक एक हिस्सा ठरवून तो मनापासून चांगल्या कामांसाठी द्यावा." त्याचबरोबर यशस्वी होण्याची महत्त्वाची गुरुकिल्ली सांगताना ते म्हणतात, "आपल्याला ह्या गोष्टीबद्दल दृढ विश्वास असला पाहिजे की आपल्यामध्ये

फक्त देशालाच नाही, सगळ्या जगालाही बदलण्याची शक्ती आहे.''

विद्यार्थ्यांसाठी त्यांचा महत्त्वाचा सल्ला असा आहे, ''तुमची प्रतिमा जितकी चांगली बनवता येईल तितकी बनवा. मग आपोआपच तुम्ही असे विशेषज्ञ व्हाल, ज्याला सगळे मान देतील आणि सगळ्या जगाचं लक्ष तुमच्याकडे खेचलं जाईल; प्रसिद्धीबरोबरच पैसाही मिळेल. परंतु सर्वांत महत्त्वाची गोष्ट ही आहे, की तुम्ही तुमच्या देशाचा मान राखणं हे महत्त्वाचं समजा– ते तुमचं कर्तव्य आहे.''

मूर्ती, जे स्वत: पुढील पिढीचे जबाबदार मार्गदर्शक आहेत, ते ज्या दोन महान व्यक्तींना आदर्श मानतात, त्या दोन व्यक्ती आहेत महात्मा गांधी आणि सिंगापूरचे नेता ली कुआन येव.

भारतातील टिस्को, टेल्को, रिलायन्स, बजाज आणि टीव्हीएस या कंपन्या आणि परदेशातील मायक्रोसॉफ्ट, एच.पी., ॲपल आणि जनरल इलेक्ट्रिक ह्या कंपन्यांबद्दल त्यांना आदर वाटतो आणि ते त्यांचं कौतुक करतात.

इतर व्यवसायांच्या तुलनेत ज्या क्षेत्राशी मूर्ती संबंधित आहेत, त्या इन्फर्मेशन टेक्नॉलॉजी क्षेत्राची स्थिती थोडी अनिश्चित असते. कालपर्यंत जी व्यक्ती लाखो रुपये कमावत असेल, ती आज नोकरी जाऊन बेकार झालेली असू शकते. ज्या कंपनीनं गेल्या वर्षी खूप नफा मिळविलेला असेल, त्या कंपनीचं ह्या वर्षी दिवाळं निघू शकतं किंवा गेल्या वर्षीपेक्षाही जास्त नफा झालेला असू शकतो. अशा अनिश्चित परिस्थितीबद्दल कदाचित सगळेच चिंतित व नाखूष असतील.

परंतु मूर्तींना वाटतं, की तेजी आणि मंदी ह्या सर्वांसाठीच असणं जरुरीचं आहे. ''उगडीच्या (तेलुगू नव्या वर्षाचा दिवस. आपल्या गुढी पाडव्यासारखा) दिवशी आपण कडुलिंबाची पानं आणि गूळ एकत्र करून खातोच ना? त्याचप्रमाणे आयुष्यात चांगले दिवस आणि वाईट दिवस ह्यांचा आपण स्वीकार केला पाहिजे.''

डाकू वीरप्पननं जेव्हा दाक्षिणात्य अभिनेता राजकुमारचं अपहरण केलं, तेव्हा अशा अफवा होत्या, की मूर्तींचं नावही वीरप्पनच्या 'हिटलिस्ट'मध्ये आहे. त्या वेळी सरकारने मूर्तींना 'झेड' कॅटेगरीची सुरक्षा देऊ केली होती, परंतु त्यांच्या शेजाऱ्यांना उपद्रव होऊ नये म्हणून त्यांनी ती सुरक्षा नाकरली.

त्यांचं खासगी किंवा ऑफिसमधलं आयुष्य ह्यासाठी कंपनीचे पैसे विनाकरण खर्च झालेले मूर्तींना कधीही आवडत नाहीत. ऑफिसमध्ये असतील तेव्हा शक्यतोवर इतर सर्व स्टाफबरोबर कॅन्टीनमधे जेवायला त्यांना आवडतं. प्रवास करताना ते सेकंड क्लासनं प्रवास करतात आणि आरामदायक परंतु बेताच्या भाड्याच्या हॉटेलमध्ये उतरतात. मूर्तींच्या ह्या सवयी हेच नंतर इन्फोसिसमध्ये नियम होऊन गेले.

वस्तुस्थिती अशी आहे, की मनात आलं तरी मूर्ती अनावश्यक किंवा फालतू खर्च करायला तयार होऊ शकत नाहीत. कारण गरिबी म्हणजे काय, गरिबीचं दु:ख

काय असतं, हे त्यांना ठाऊक होतं. ज्या काळी त्यांच्याकडे पैशांचा तुटवडा होता, तेव्हा ते पैसे जपूनच वापरत होते आणि आता जेव्हा त्यांच्याकडे भरपूर पैसे आहेत, तेव्हाही ते उधळपट्टी करत नाहीत.

त्यांची मुलंही पैशाचं महत्त्व जाणून घेतच मोठी झाली आहेत. ती श्रीमंत कुटुंबातली आहेत, हे खरं असलं, तरी मूर्तींचा आग्रह असतो की इतर मुलांसारखंच त्यांनीसुद्धा बसमधूनच जावं. मुलं सुधाताईंकडे पैसे मागतात, तेव्हा त्या पैशांचा हिशेब त्या न विसरता मागतात. मूर्ती आणि सुधाताई दोघांचीही अशी इच्छा आहे की श्रीमंत आई-वडिलांची मुलं असली तरी ती घमेंडखोर आणि उधळी बनू नयेत.

सर्वसाधारणपणे व्यवसाय-धंद्यात पडलेले लोक त्यांच्या कामात बुडालेले असतात आणि ते क्वचितच कुठल्या सामाजिक समस्यांमध्ये किंवा भांडणांमध्ये पडतात. फार तर ती समस्या त्यांच्या धंद्याशी संलग्न असेल, तरच पडतात. परंतु ह्या बाबतीत मूर्ती अपवाद आहेत. समाजाशी संबंधित कुठल्याही वादाला किंवा समस्येला तोंड फोडायला ते जराही मागे-पुढे पाहत नाहीत.

उदाहरणार्थ, काही भ्रष्टाचाऱ्यांना पकडून दिल्याबद्दल बिहारमध्ये एका इंजिनिअरचा – सत्येंद्रकुमार दुबेचा – खून करण्यात आला; तेव्हा दोषींना शिक्षा झालीच पाहिजे, ही मागणी मूर्तींनी सर्वप्रथम केली होती.

आरक्षणाविरुद्धही मूर्ती बोलत असतात. त्यांचं मत असं आहे, की आरक्षण जातींवर आधारित नसावं, आर्थिक स्थितीवर आधारित असावं. स्वत:चे हे विचार लोकांसमोर मांडायला ते कचरत नाहीत.

मूर्ती काही वर्षं आय.आय.एम. अहमदाबादचे अध्यक्ष होते. भारतीय जनता पक्षाच्या नेतृत्वाखाली बनलेल्या सरकारनं २००४ मध्ये जाहीर केलं, की आय.आय.एम.ची फी कमी करण्यात येईल, म्हणजे गरीब विद्यार्थ्यांना तिथे प्रवेश घेता येईल. सर्वच आय.आय.एम. डायरेक्टरांनी ह्या प्रस्तावाला विरोध केला होता. त्यां सर्वांना असं वाटलं, की फी कमी केल्यानं आय.आय.एम. संस्थांचं उत्पन्न कमी होईल आणि ही घट भरून काढण्यासाठी सरकारनं पैसे दिले, की संस्थांमध्ये त्यांचा हस्तक्षेप वाढेल.

एक विवादास्पद चर्चा सुरू झाली आणि आय.आय.एम.च्या डायरेक्टरांना पैशांच्या अफरातफरीच्या खोट्या आरोपात अडकवण्यात आलं. मूर्तींनी राजकीय पुढाऱ्यांसमोर हार मानली नाही आणि आय.आय.एम.बद्दलची वस्तुस्थिती सर्वांसमक्ष रुजू केली. केस सुप्रीम कोर्टापर्यंत गेली, परंतु समस्येचं निराकरण होण्यापूर्वीच भा.ज.प.ला निवडणुकीत हार खावी लागली आणि नव्या सरकारनं सर्व आय.आय.एम. संस्थांकडून आलेले नवे प्रस्ताव स्वीकारले. ह्या योजनेनुसार आय.आय.एम.ची फी कमी करण्यात आली नाही, परंतु गरीब विद्यार्थ्यांसाठी शिष्यवृत्त्या वाढविण्यात

आल्या. त्यामुळे आय.आय.एम.मध्ये प्रवेश मिळविण्यातली त्यांची अडचण दूर झाली. ह्या योजनेने आय.आय.एम.सारख्या संस्थांची स्वायत्तता अबाधित राहिली आणि सरकारी नियंत्रणाची भीती दूर झाली.

वेगवेगळ्या सामाजिक समस्यांमध्ये रुची घेऊ लागल्यामुळे लोक म्हणू लागले, की मूर्ती थोडेफार राजकीय पुढारी झाले आहेत. लोक असं थट्टेनं म्हणत नव्हते. खरोखरीच बऱ्याच लोकांना वाटत होतं, की त्यांच्यासारख्या बुद्धिवान आणि महान विचारवंतानं राजकारणात पडावं. कारण मूर्तींना ह्याबद्दल स्पष्ट दृष्टी आहे, की देशानं काय मिळवलंय आणि इथून पुढे काय मिळवण्याची जरुरी आहे.

मूर्तींना काळजी ह्याची वाटते, की आपण स्वतंत्र झाल्यानंतरच्या इतक्या वर्षांमध्ये देशानं खूप प्रगती केली आहे. आपण बरेच उद्योगधंदे सुरू केले आहेत. अवकाशयानं आणि उपग्रह सोडले आहेत, परंतु जनतेतील सर्व लोकांच्या मूलभूत गरजा भागवू शकलेलो नाहीत.

आपण आपल्या मानवी साधनसंपत्तीचा योग्य विकास केला नाही. आपण चांगले नेते मिळवू शकलो नाही आणि तीच समस्या मोठी आहे.

मूर्ती त्यांचं स्वप्न अशा शब्दांमधे सांगतात– "इथं जन्माला येणाऱ्या प्रत्येक बाळाला आवश्यक तेवढं अन्न, औषध-पाण्याची सोय, राहायला घर आणि शिक्षण मिळालं पाहिजे."

त्याचप्रमाणे मूर्तींना असंही वाटतं, की उद्योगधंद्यांमध्ये भारतात निर्माण झालेली उत्पादनं आणि इतर साधनं जागतिक दर्जाच्या कसोटीला उतरतील, अशी असली पाहिजेत. भारतीय उद्योग इतक्या उच्च पातळीवर पोचले पाहिजेत, की जागतिक स्पर्धेत ते टिकून राहू शकतील.

आपल्या देशात कौशल्याची कमतरता नाही, परंतु आपण स्वत:च उन्नतीच्या आणि विकासाच्या मार्गात अडथळे उभे करून ते कौशल्य वाया घालवतो. दुसऱ्या विकसित देशांचा आपण अभ्यास केला पाहिजे, त्यांच्या सफल होण्यामागचं रहस्य जाणून घेतलं पाहिजे आणि त्याप्रमाणे आपली मानसिकता बनवली पाहिजे.

भारताला जगातला सर्वांत चांगला देश बनवण्यासाठी मूर्तींच्या मनात असे अनेक विचार आहेत.

देशाची ज्यांना इतकी काळजी वाटते, ते मूर्ती राजकारणात पडतील का? का मग इतर बुद्धिवादी लोकांप्रमाणे असं म्हणून मोकळे होतील की 'राजकारण ही दुर्गंधीची दरी आहे!'

मूर्तींना जेव्हा ह्याबद्दल विचारण्यात आलं, तेव्हा ते अगदी निर्विकार, शांत आवाजात म्हणाले, "सध्याच्या काळात राजकारणात पडण्याची मला अजिबात इच्छा नाही."

काही वर्षांपूर्वी त्यांचा मुलगा रोहन ह्यानं त्यांना विचारलं होतं, "स्वातंत्र्याचं

इतकं कठीण युद्ध आपण जिंकलो; पण मग स्वातंत्र्य मिळाल्यानंतर लोक सगळ्याच राजकीय आणि सामाजिक लढाया हरतायत– ते का?''

मूर्तींचं उत्तर सध्याच्या राजकारणाबद्दल झालेला त्यांचा भ्रमनिरास दाखवतं. ''आपण जेव्हा देशाच्या स्वातंत्र्यासाठी एकजूट होऊन लढत होतो, तेव्हा लोक कुठलंही बलिदान द्यायला तयार होते; परंतु स्वातंत्र्य मिळाल्यानंतर आपलं स्वत:चं सरकार बनलं आणि लोकांनी बघितलं की इथं तर भरपूर धनदौलत आहे. ती धनदौलत लुटायचे बरेच मार्गही आहेत– बस! त्यानंतर देशाच्या कल्याणाच्या मानगुटीवर स्वत:चा स्वार्थ बसला. काही थोडे लोक वगळले, तर बाकीचे सर्व कर्मचारी भ्रष्ट झाले!''

त्यांच्या शब्दांमधली सच्चाई आणि विचारसामर्थ्य बघून बऱ्याच लोकांच्या मनात आशा जागृत झाली होती, की ही अशी स्थिती बदलण्यासाठी ते काहीतरी करतील. म्हणून इ. स. २००२ मध्ये जेव्हा भारताच्या राष्ट्रपतिपदासाठी निवडणूक जाहीर झाली, तेव्हा मूर्तींच्या चाहत्यांनी एक निवेदन प्रसिद्ध करून आंदोलन सुरू केले, की मूर्तींना भारताचे पुढील राष्ट्रपती बनवावे. ह्या आंदोलनात भाग घेणारे बहुतेक सर्व लोक सॉफ्टवेअर क्षेत्राशी संबंधित होते. ह्या आंदोलनामागचा हेतू हा होता, की एखाद्या पूर्णतया राजकीय नेत्याच्याऐवजी आधुनिक दृष्टिकोन असणाऱ्या, आपली संस्कृती आणि परंपरा ह्यांचा आदर करणाऱ्या बिगरराजकीय नेता म्हणता येतील अशा मूर्तींची पसंती व्हावी, तर ते देशाला नवे विचार देऊन पुढे नेऊ शकतील.

परंतु हे आंदोलन सफल झालं नाही. त्याचं मुख्य कारण हे होतं, की राष्ट्रपतींची निवड लोक करत नाही; राजकीय पक्ष करतात. त्यांना पटवून देणं, हे फार अवघड काम होतं. इकडे मूर्ती स्वत:ही निवडणूक लढवण्यासाठी उत्सुक नव्हते. त्यांनी निवडणूक लढवण्यात रुची दाखवलीच नाही.

परंतु एका तऱ्हेनं हे आंदोलन सफल झालं, असं म्हणता येईल. कारण एक बिगरराजकीय, बुद्धिवादी आणि ख्यातनाम वैज्ञानिक डॉ.ए.पी.जे. अब्दुल कलाम भारताचे चौदावे राष्ट्रपती झाले.

ह्यानंतर अशीही चर्चा होती, की काँग्रेसच्या नेतृत्वाखाली बनलेल्या डॉ. मनमोहनसिंग ह्यांच्या सरकारात मूर्तींना उद्योग किंवा अर्थमंत्री करता येईल, परंतु तसंही काही झालं नाही.

सध्या तरी मूर्ती त्यांच्या कामात पूर्णतया मग्न आहेत. राजकारणापासून ते लांब राहिले आहेत. एवढंच की भविष्यकाळात ते राजकारणात पडणारच नाहीत किंवा कोणतीही सरकारी जबाबदारी घेणारच नाहीत, असं म्हणत मूर्तींनी दरवाजे बंदच केलेले नाहीत.

असो. तोपर्यंत मूर्ती एक अतिशय चांगले आणि जबाबदार नागरिक म्हणून स्वत:चे विचार व्यक्त करत राहतील.

◆◆◆

१०

यात्रा

जानेवारी १९९९ च्या वर्तमानपत्रांमध्ये छापलेल्या बातमीप्रमाणे १९९८ च्या शेवटच्या तिमाहीत इन्फोसिसची कमाई ९० टक्क्यांनी वाढली होती आणि त्यामुळे कंपनीचा नफा दुप्पट झाला होता. ही बातमी जवळजवळ सर्वच वर्तमानपत्रांमध्ये छापून आली होती.

भारतात बऱ्याच कंपन्यांचं काम चांगलं चाललं होतं आणि त्या नफा मिळवत होत्या; तर मग फक्त इन्फोसिसची कमाईच लोकांच्या डोळ्यांत का भरली? त्याचं कारण होतं, की आर्थिक विश्लेषण करणाऱ्यांनी असं भविष्य वर्तवलं होतं, की इन्फोसिसचा नफा दर तीन महिन्यांनंतर वाढलेलाच असेल. परंतु झालं असं, की विश्लेषकांच्या अपेक्षांपेक्षाही इन्फोसिसची कमाई जास्त झाली. त्यामुळे साहजिकच लोकांना ह्या कंपनीच्या यशाबद्दल जास्त माहिती हवी होती आणि म्हणून वर्तमानपत्रंही तत्परतेनं इन्फोसिसविषयी लिहीत असत.

दुसरं आणि महत्त्वाचं कारण हे होतं, की खूपच लोकांनी इन्फोसिसच्या शेअर्समध्ये पैसे गुंतवले होते आणि वर्तमानपत्रांतल्या ह्या बातम्या वाचून लोक खूष होत होते. इन्फोसिसचा नफा वाढत होता, तसा कंपनीच्या शेअरचा भावही वाढत होता आणि शेअरधारकांना जास्त फायदा होत होता.

इन्फोसिसनं १९९३ मध्ये जेव्हा प्रथम शेअरविक्रीची सुरुवात केली, तेव्हा एका शेअरची किंमत नव्वद रुपये होती. हा भाव वाढून १९९९ च्या सुरुवातीला रु. १३,९५२ झाला होता, जो फायद्याच्या दृष्टीनं बघितला तर १४६ पट जास्त होता.

तोपर्यंत इन्फोसिस कितीतरी पटींनी वाढली होती. तरीही अनेक दृष्टींनी १९९९ हे वर्ष हे एक महत्त्वाचं वर्ष होतं. ज्यांचं इन्फोसिसकडे लक्ष होतं, ते लोक आणि आर्थिक विश्लेषक कंपनीकडे अचंब्यानं बघत होते. आत्तापर्यंत लोक इन्फोसिसकडे 'फक्त एकच इतकी यशस्वी झालेली कंपनी' म्हणून बघत होते.

तसं पाहिलं, तर कंपनीची चांगली छाप पडण्याच्या दृष्टीनं ही गोष्ट चांगलीच होती; परंतु लोकांच्या अपेक्षा फारच वाढल्या, तर ते धोक्याचंही होऊ शकत होतं. क्रिकेटमधे जसं लोकांना सचिन तेंडुलकरनं दर वेळी शतकच करायला हवं असतं; तसंच लोकांना इन्फोसिसच्या शेअर्सचा भाव सारखा वाढतच राहावा, असं वाटायला लागलं होतं. परंतु प्रत्येक वेळी कंपनीला लोकांच्या आशा पुरं करणं कसं शक्य आहे?

ह्या प्रश्नानं मूर्ती बऱ्याच काळापासून काळजीत होते. सुरुवातीच्या दहा वर्षांच्या संघर्षानंतर पुढची दहा वर्षं इन्फोसिससाठी खूपच चांगली गेली, परंतु त्यांच्या शेअर्सच्या भावातली ही तेजी किती दिवस कायम ठेवू शकतील? जर तेज गतीला अनुरूप असं कंपनीनं स्वतःला बदललं नाही, तर काही प्रमाणात कंपनीला त्रास होऊ शकत होता.

शेवटी मूर्ती ह्या निर्ष्कषाला आले, की इन्फोसिसची ही तेजी कायम राखण्यासाठी आणि पैसे गुंतवणारे, ग्राहक, सरकार आणि लक्षपूर्वक बघणारे या सर्वांना खूष ठेवण्यासाठी काही ना काही तरी करावं लागेल; नक्कीच.

सर्वप्रथम इन्फोसिसला अमेरिकेच्या शेअरबाजारात प्रवेश करावा लागेल. सॉफ्टवेअर क्षेत्रात इन्फोसिस ही सर्व जगात मान असलेली कंपनी आहे, हे दाखविण्यासाठीचं हे पहिलं पाऊल असेल.

दुसरं म्हणजे, इन्फोसिस एक भारतीय कंपनी आहे, असं आंतरराष्ट्रीय ग्राहक समजतात. परंतु कंपनी अमेरिकन शेअरबाजारात 'लिस्टेड' झाली, की तिला आंतरराष्ट्रीय दर्जा प्राप्त होईल. त्याचा अर्थ असा– भारतात सॉफ्टवेअरचं मुख्य केंद्र आणि ऑफिस ठेवून, बऱ्याच देशांमधील ग्राहकांचं काम करून देण्याबरोबरच, ज्या देशांमध्ये अशी संधी असेल, त्या देशांमध्ये इन्फोसिसला ऑफिसेस उघडावी लागतील. त्यामुळे काम जलद आणि संबंधित देशांमधल्या ग्राहकांना हवं असेल

तसं बनवणं शक्य होईल.

तिसरं असं, की नवी ऑफिसेस उघडली म्हणजे काम झालं, असं समजून चालणार नाही. इन्फोसिस खरोखरच जागतिक दर्जाची कंपनी आहे, असं दाखवण्यासाठी युक्त्या अमलात आणाव्या लागतील.

हे तीन महत्त्वाचे मुद्दे नक्की केल्यावर मूर्तींना असं वाटलं, की ह्या सर्व गोष्टी अमलात आणण्यासाठी ही वेळ योग्य आहे. त्याच वर्षी मूर्तींनी ते ध्येय प्राप्त केलं. फक्त त्या एकाच वर्षात, म्हणजे १९९९ मध्ये, इन्फोसिसनं १००० लाख डॉलर्सची प्राप्ती केली.

इन्फोसिसनं अमेरिका, कॅनडा आणि इंग्लंडमध्ये आधीपासूनच ऑफिसेस उघडलेली होती. कंपनीनं १९९९ मध्ये जर्मनी, स्वीडन, बेल्जियम आणि ऑस्ट्रेलिया अशा बऱ्याच देशांमध्ये नवी ऑफिसेस उघडली. अमेरिकेत दोन नवी ऑफिसेस उघडण्यात आली होती.

संबंध वर्ष इन्फोसिसचा बोलबाला राहिला आणि कंपनीबद्दल चांगले रिपोर्ट्स छापून येत राहिले. अमेरिकन शेअरबाजारात इन्फोसिस ही 'लिस्टेड' होणारी पहिली भारतीय कंपनी झाल्याच्या बातमीनं भारताचा ध्वज त्या देशात जास्त गौरवानं फडकला.

मार्च १९९९ मध्ये इन्फोसिसचं नाव अमेरिकेच्या 'नॅसडॅक'च्या (National Association of Security Dealers Automated Quotations) यादीत आलं. त्या वेळी कंपनीच्या शेअरची किंमत दहा डॉलर्स होती.

त्याच वर्षी 'द इकॉनॉमिक टाइम्स'नं एका सर्वेक्षणानंतर इन्फोसिसला भारतातील सर्वांत प्रतिष्ठित आणि लक्षवेधी कंपनी म्हणून जाहीर केले. ह्याखेरीज सॉफ्टवेअर इंजिनिअरिंग इन्स्टिट्यूटनं इन्फोसिसला CMMची (Capability Maturity Model) पाच गुणवत्ता प्रमाणप्रत्रं दिली होती आणि अशी प्रमाणपत्रं मिळवणाऱ्या कंपन्यांमधे इन्फोसिसला सामील करून घेतलं होतं.

इन्फोसिसच्या शेअर्सचे बाजारातले भाव वाढल्यानं त्यात पैसे गुंतवणाऱ्यांनाच नाही, तर इन्फोसिसच्या हजारो कर्मचाऱ्यांचाही पुष्कळ फायदा झाला होता, कारण ते सर्व एम्प्लॉई स्टॉक ऑप्शन प्लॅनचे (ESOP) सदस्य होते. ह्या त्यांच्यापैकी काही तर लक्षाधीश झाले होते.

कुठल्याही भारतीय सॉफ्टवेअर कंपनीनं पहिल्यांदाच सुरू केलेल्या ESOP योजनेनं १९९४ मध्ये २५७५, १९९८ मध्ये १४९१ आणि १९९९ मध्ये १०,००० हूनही जास्त लोकांना फायदा झाला होता.

सन २००० मध्ये करण्यात आलेल्या एका लहानशा सर्वेक्षणावर नजर टाकू या–

इन्फोसिसमध्ये त्या वेळी ७०००० कर्मचारी होते. ESOP योजनेप्रमाणे त्यांच्याकडे

जे शेअर्स होते, त्यांची बाजारभावानं किंमत काढण्यात येत होती. त्या वेळी नोंद झाली, की सुमारे २००० लोकांनी दहा लाख रुपयांहून जास्त किमतीचे शेअर्स विकत घेऊन ठेवले होते. ह्या २००० लोकांपैकी जवळजवळ ६५० कर्मचाऱ्यांकडे एक कोटी रुपयांहून जास्त किमतीचे शेअर्स होते.

ही माहिती अशी तर परिकथेसारखी वाटते. त्या वेळी इन्फोसिसचे बहुतेक कर्मचारी मध्यमवर्गीय होते आणि त्यांचं एकमेव भांडवल त्यांची बुद्धी होती, जी वापरून ते भरपूर काम करत होते. इन्फोसिसनं त्यांना स्वतःच्या नफ्यातला नफा देऊन लक्षाधीश बनण्याची सुखद संधी दिली होती.

इन्फोसिसच्या शेअर्समुळे श्रीमंत होणाऱ्यांमध्ये एक कॅन्टीन मालक आणि ऑफिसमधले काही कार ड्रायव्हर्सही होते. पुढे २००४ मध्ये व्यवस्थापनाच्या काही कारणांनी ESOP योजना बंद करण्यात आली होती.

इन्फोसिस कंपनीला, तिच्या चालू आणि भावी ग्राहकांना, कंपनी एका जागतिक दर्जाच्या कंपनीच्या रूपात दाखवायची होती; म्हणून कंपनीची ऑफिसेस फ्रान्स, हाँगकाँग, युनायटेड अरब एमिरेट्स, अर्जेन्टिना, नेदरलँड, सिंगापूर आणि स्वित्झर्लंडमध्ये उघडण्याचा कार्यक्रम सुरू ठेवला होता.

त्याचबरोबर इन्फोसिसनं भारतातही स्वतःचं काम सुरू ठेवलं होतं. बंगळुरूमध्ये कंपनीचं मुख्य कार्यालय असल्यानं त्या शहराचं नाव 'सिलिकॉन सिटी' पडलं आहे. आता राजकीय पुढारी आणि मोठाले उद्योगपती जेव्हा दक्षिण भारताच्या भेटीला येतात, तेव्हा बंगळुरूमध्ये इन्फोसिसला न चुकता भेट देतात. अशा पाहुण्यांमध्ये मायक्रोसॉफ्टचे बिल गेट्स आणि जपानचे पंतप्रधान योशिरो मोरी ह्यांचा विशेष उल्लेख केला पाहिजे.

इन्फोसिसची वार्षिक आवक १९९९ मध्ये शंभर लाख डॉलर्स होती, ती २००४ मध्ये वाढून एक हजार लाख डॉलर्स झाली होती. भारतीय चलनात बघितलं तर २००३-२००४ मध्ये सॉफ्टवेअर कामांमुळे झालेली कमाई ४७६० कोटी होती आणि २००४-२००५ मध्ये ती ६८६० कोटी रुपये झाली होती.

इन्फोसिसची सुरुवात सात जणांनी एका छोट्याशा खोलीत केली होती. आज भारताच्या प्रत्येक मुख्य शहरात आणि अनेक देशांमध्ये कंपनीची ऑफिसेस आहेत. त्यामध्ये ९०,००० हून जास्त कर्मचारी काम करतात. ह्याचसाठी मूर्ती सुरुवातीपासूनच ह्या गोष्टीवर भर देत असत, की इन्फोसिसचं सॉफ्टवेअर आणि तत्संबंधित काम जागतिक दर्जाचं असलं पाहिजे.

आता हे बघू या का, की इन्फोसिस जागतिक दर्जाची कंपनी कशी बनली आणि ६८०० कोटी रुपये कसे कमावू लागली?

◆◆◆

भारतीय सॉफ्टवेअर उद्योग आणि इन्फोसिस

११

इन्फोसिसनं १९८१ मध्ये जेव्हा सुरुवात केली, त्यानंतर १९९० पर्यंतचा काळ कंपनीसाठी अनेक अडचणींचा होता. त्यानंतर इन्फोसिस आणि दुसऱ्या सगळ्या भारतीय सॉफ्टवेअर कंपन्या एकाएकी ह्या आंतरराष्ट्रीय बाजारातल्या बड्या कंपन्या झाल्या. ह्या अचानक झालेल्या परिवर्तनामागे असलेली कारणं खूप मनोरंजक आणि माहितीप्रद आहेत.

अमेरिकेनं १९९० च्या दशकात, व्यापारधंद्यात कॉम्प्युटर्सचा उपयोग वाढवण्याच्या दृष्टीनं, खूप मोठ्या प्रमाणात कॉम्प्युटर्स बाजारात आणले. ह्या पुढाकार घेण्याचं अनुकरण करून बऱ्याच युरोपीय देशांनीही मोठ्या प्रमाणात कॉम्प्युटर्सचा उपयोग करायला सुरुवात केली होती. तसंच जपान, कोरिया, सिंगापूर आणि ऑस्ट्रेलियासारख्या विकसित देशांनीही

कॉम्प्युटरचा उपयोग खूप मोठ्या प्रमाणात करायला सुरुवात केली.

सॉफ्टवेअर कंपनी १९८० च्या दशकात आपल्या ग्राहकाच्या ऑफिसमध्ये जाऊन त्यांचं काम करून देत असे. एवढंच नाही, तर तिथंच सॉफ्टवेअर बनवून, तपासून बघून मग ते ग्राहकाच्या ऑफिसमधे बसवून देत असे. १९९० च्या दशकात जेव्हा सगळीकडे खूप भराभर कॉम्प्युटर्स बसवले जाऊ लागले, तेव्हा असं करणं शक्य राहिलं नाही.

त्यानंतर तर १९९० च्या दशकात इंटरनेटचं तंत्रज्ञान आलं आणि वेगवेगळ्या ठिकाणी कॉम्प्युटरसमोर बसून कॉम्प्युटरशी जोडलेल्या नेटवर्कच्या माध्यमातून एकमेकांशी संवाद साधणं आणि माहितीची देवाण-घेवाण करणं शक्य होऊ लागलं.

हे तंत्रज्ञान १९९५ मध्ये भारतात लोकप्रिय झालं आणि मग खूपच भराभर त्याची प्रगती झाली. तसं पाहिलं, तर इंटरनेट सॉफ्टवेअर कंपन्यांसाठी खूपच योग्य आणि गरजेचं झालं होतं, कारण त्यामुळे एकाच कंपनीची अनेक ऑफिसेस उघडूनही ती एकमेकांशी संपर्कात राहू शकत होती.

परंतु भारतीय सॉफ्टवेअर कंपन्यांचा धंदा तेजीत चालू लागला, त्याचं एकमेव कारण 'तंत्रज्ञान' एवढंच नव्हतं. 'Y2K'ची समस्या इ. स. २००० मध्ये भारतीय कंपन्यांच्या उन्नतीचं पहिलं कारण ठरली. ह्या समस्येची चर्चा २००० साल येण्याच्या आधी चार-पाच वर्षांपासून सुरू झाली होती.

'Y2K' हा प्रश्न काय होता? वर्ष दाखवण्यासाठी १९७० च्या दशकात फक्त दोन आकड्यांचाच उपयोग केला जात असे. उदाहरणार्थ, इ.स. १९७८ दाखवण्यासाठी फक्त ७८ हे दोन आकडेच वापरले जायचे. पण प्रोग्राम तयार करणाऱ्या लोकांना ठाऊक नव्हतं, की इ. स. २००० नंतर प्रश्न उभा राहील आणि तो असा, की ७८ म्हणजे १९७८ समजायचं, का २०७८?

त्या काळात अमेरिकेत आणि युरोपमध्ये कॉम्प्युटर वापरणाऱ्या मुख्य संस्था होत्या बँका, विमा कंपन्या आणि इतर अशा आर्थिक संस्था. त्याखेरीज बऱ्याच देशांनी त्यांच्या महत्त्वाच्या सरकारी खात्यांमधे कॉम्प्युटर्स वापरून काम करायला सुरुवात केली होती. ज्या कंपन्यांमधे मोठ्या संख्येनं कर्मचारी होते, त्यांनी त्यांच्या कागदपत्रांचं 'कॉम्प्युटरीकरण' केलं होतं.

'Y2K'च्या समस्येनं ह्या सर्वांना घाबरवून सोडलं. ही समस्या कॉम्प्युटरवर आधारित सर्व हिशोबांचा बोजवारा उडवून टाकेल, अशी होती. समजा– एखाद्या ग्राहकाच्या व्याजाचा हिशोब करायचा असला किंवा पेन्शनचा हिशोब करायचा असला, तर वर्षांचा हिशोब कसा करायचा? हा प्रश्न सोडवायचा कसा?

भारताकडे ह्याचं उत्तर होतं.

भारतातल्या बऱ्याच इंजिनिअरिंग कॉलेजांमध्ये, तसंच इतर काही शैक्षणिक भारतीय संस्थांमध्ये MCA– मास्टर ऑफ कॉम्प्युटर ॲप्लिकेशनसारखे डिग्री कोर्स आणि इतरही कॉम्प्युटर कोर्सेस शिकविले जात होते. या अभ्यासक्रमाव्यतिरिक्त 'कोबोल' (COBOL) ही कॉम्प्युटर लँग्वेजही शिकविण्यात येत होती, जी बाकीचे देश विसरले होते.

'Y2K' प्रश्नाचं मुख्य कारण हे होतं, की सुरुवातीच्या दशकांमध्ये बरेचसे कॉम्प्युटर प्रोग्राम्स 'कोबोल'मध्ये लिहिले गेले होते. अमेरिका आणि युरोपमध्ये ही भाषा १९९० च्या दशकात फार थोड्या लोकांना येत होती, पण भारतात बऱ्याच जणांचं ह्या भाषेवर प्रभुत्व होतं. हे लोक 'Y2K' समस्येनं आलेलं संकट दूर करायला सॉफ्टवेअर प्रोग्राम नव्यानं लिहू शकत होते.

भारतीय सॉफ्टवेअर कंपन्यांनी १९९५ ते २००० ह्या वर्षांमध्ये 'Y2K' समस्येवर उपाय करून देऊन खूप पैसे कमावले. असे पैसे कमावणाऱ्या प्रमुख कंपन्या ह्या होत्या– टी.सी.एस., इन्फोसिस, विप्रो आणि सत्यम– ज्या आजही ह्या क्षेत्रातल्या मोठ्या कंपन्या आहेत. 'Y2K' समस्येनं भारतीय सॉफ्टवेअर उद्योगाला एक निर्णायक वळण दिलं, ज्यामुळं ह्या उद्योगाची अभूतपूर्व उन्नती झाली.

परंतु 'Y2K' समस्या सोडवल्यानंतर इ. स. २००० मध्ये ह्या कंपन्या काय करतील? मुख्य प्रगती १९९० च्या दशकाच्या शेवटी झाली होती, जेव्हा डॉट कॉम क्रांती झाली होती. ह्या काळात कॉम्प्युटरवर आधार ठेवणाऱ्या व्यापारधंद्यांसाठी सॉफ्टवेअर प्रोग्राम्स लिहून देऊन कंपन्यांची खूप भरभराट झाली होती.

अमेरिकेत १९९८ पासून रोज अंदाजे दहा तरी कंपन्या सुरू होत होत्या आणि त्या त्यांना लागणारं सॉफ्टवेअर भारतातून मागवत होत्या. उदाहरणार्थ– वेबसाईटवर वेगवेगळ्या स्पोर्ट्सच्या बातम्या सांगणारी एक कंपनी सुरू झाली. कंपनीनं भारतात इन्फोसिसशी संपर्क साधला आणि असे प्रोग्राम संचालन करण्यासाठी जरूर ते सॉफ्टवेअर मागवलं. अशाच हजारो कंपन्या भारतीय सॉफ्टवेअर उद्योगांकडून कामं करून घ्यायला अगदी रांग लावून उभ्या होत्या!

परंतु ही तेजी काही काळच टिकली. इ.स. २००१ मध्ये ह्या उद्योगात एकाएकी मंदी आली. अमेरिकेतल्या हजारो कंपन्या बंद पडल्या. बऱ्याच लोकांना वाटलं, की ह्या मंदीचा परिणाम भारतावरही होईल; परंतु तसं झालं नाही. त्याचं कारण असं झालं की, 'आउटसोर्सिंग' (बाहेरचं काम करायचं आणि करवून घ्यायचं) ही एक नवीच प्रथा सुरू झाली आणि त्यामुळे भारतीय सॉफ्टवेअर उद्योगांना आजही काम मिळतं आहे.

अमेरिकेतल्या 'जनरल इलेक्ट्रिक' (जी.ई.) कंपनीनं भारतातून १९९० च्या दशकात त्यांचं 'ऑफशोअरिंग'चं काम करून घ्यायला सुरुवात केली. म्हणजे,

परदेशांमधल्या त्यांच्या शाखांमधून भारतात काम पाठवायला सुरुवात केली. त्यांचं काम खूपच चांगल्या तऱ्हेनं करून दिलं जाऊ लागलं आणि खर्चही खूपच कमी. डॉलरच्या 'एक्सचेंज रेट'चासुद्धा फायदा व्हायचा.

'आउटसोर्सिंग'मुळे इतर देशांबरोबर जवळीक होते. 'आउटसोर्स'मध्ये कंपन्या त्यांच्या शाखा उघडण्याऐवजी स्वत:ची महत्त्वाची कामं परदेशातल्या इतर कंपन्यांकडून करून घेतात.

उदाहरणार्थ, जवळजवळ एक हजार माणसं काम करत असलेली कंपनी त्या सगळ्यांच्या पगाराचा हिशोब स्वत:च्या ऑफिसमध्ये किंवा परदेशातील त्यांच्या शाखांमध्ये करून घेऊन वाटण्याऐवजी, त्या कामाची जबाबदारी अकांउंटिंगचं काम करणाऱ्या एखाद्या प्रसिद्ध कंपनीकडे सोपवते.

अमेरिकेतल्या दुसऱ्या कंपन्यांना १९९० च्या दशकात जेव्हा समजलं, की जी.ई. त्यांचं काम भारतात स्वस्त दरानं आणि चांगल्या दर्जाचं करवून घेत आहे, तेव्हा त्यांना खूपच आनंद झाला. म्हणून त्यांनी भारतात त्यांच्या शाखा उघडल्या नाहीत, कारण त्यासाठी मोठं भांडवल अडकवायला लागलं असतं. त्याऐवजी इन्फोसिससारख्या कंपन्यांशी संपर्क साधून त्यांना आपली कामं सोपवली, 'आउटसोर्स' करायला सुरुवात केली.

ही कामं फक्त कॉम्प्युटर सॉफ्टवेअरची नव्हती. ही अशी कामं होती, ज्यात हिशोब, डिझाइनिंग, रिपोर्ट लिहिणं आणि अशा अनेक कामांसाठी सॉफ्टवेअरचा उपयोग होत होता, ज्याला ITES (आय.टी. इनेबल सर्व्हिसेस) म्हणजे सूचना तंत्रज्ञानाशी संबंधित कामं म्हटलं जात असे. ह्या सर्व कामाला BPO (बिझनेस प्रोसेस आउटसोर्सिंग) अशा नावानं ओळखलं जाऊ लागलं.

भारतात ठिकठिकाणी उघडलेली कॉल सेंटर्स ही BPO उद्योगाचाच भाग आहेत. समजा, एक माणूस अमेरिकेत राहत आहे. त्याच्या वॉशिंग मशीनमध्ये बिघाड झाला आहे आणि ते दुरुस्त करायला त्याला कोणाला तरी बोलवायचं आहे. काही वर्षांपूर्वी त्याचा फोन घेणारा माणूस अमेरिकेतच राहत असायचा, जो फोनवर तक्रार ऐकून ती दुरुस्त कशी करता येईल, ते समजावायचा प्रयत्न करत असे. जर असं करून दुरुस्ती होऊ शकली नाही, तर त्याची तक्रार वॉशिंग मशीन कंपनीच्या संबंधित विभागाला तो पाठवत असे.

परंतु अलीकडे बहुतेक वेळा हे काम भारतातील 'आउटसोर्सिंग' कंपनीमार्फत करण्यात येतं. अमेरिकेहून येणारा फोन कॉल सेंटरमध्ये काम करणाऱ्या कोणा तरुणाकडे येतो आणि तो ग्राहकाच्या समस्येचं समाधानकारक उत्तर त्याला देतो. परंतु ह्या कामासाठी त्याला जे पैसे मिळतात, ते अमेरिकेत ह्याच प्रकारचं काम करणाऱ्या व्यक्तीपेक्षा खूपच कमी असतात.

अशा तऱ्हेच्या कोणत्याही कामासाठी अमेरिकेत कमीत कमी महिन्याचे चार हजार डॉलर्स द्यावे लागतात, तर इकडे हा भारतीय हे किंवा असं काम महिना साधारण पंधरा हजारांत करतो. कुठल्याही (तितपत शिक्षण झालेल्या) भारतीयासाठी हा पगार चांगलाच म्हणायचा आणि तिकडे त्या अमेरिकन कंपनीची प्रचंड बचत होते. कारण चार हजार डॉलर्स म्हणजे साधारण दोन लाख रुपये झाले! म्हणूनच अमेरिकी आणि युरोपीय कंपन्या कॉल सेंटरसंबंधीची कामं भारतात पाठवतात. कारण एक तर येथील पगार तुलनेनं खूप कमी आहेतच, शिवाय भारतीयांचं इंग्रजी भाषेवर खूपच चांगलं प्रभुत्व असतं.

टेक्नॉलॉजी आता पुन्हा लोकप्रिय होऊ लागली होती. ब्रॉडबँड इंटरनेट कनेक्शन्स जास्त माहिती जास्त जलद गतीनं मिळवू आणि पाठवू लागली होती. त्यामुळं भारतातून लोक व्हिडिओफोननं अमेरिकेत बोलू शकत होते. उदाहरणार्थ– कॉन्फरन्स सिस्टिमच्या मदतीनं इथला सॉफ्टवेअर विशेषज्ञ अमेरिकेतल्या आपल्या ग्राहकाशी बोलू शकतो आणि त्याला सोपवण्यात आलेली कामं जास्त जलद गतीनं आणि स्वस्त दरात पूर्ण करून देतो. कोणालाही अमेरिकेत फोन करणं किंवा भारतात फोन करणं, ह्या दोन्हींमध्ये फारसा फरक पडत नाही, जे बी.पी.ओ. उद्योगाच्या फायद्याचं होतं.

भारतीय सॉफ्टवेअर विशेषज्ञांना इंग्रजीवर खूपच चांगलं प्रभुत्व मिळालं म्हणून ते तेवढ्यावरच थांबत नाहीत. त्यांना जर वाटलं, की जपानबरोबर कामाचा संबंध येऊ शकेल, तर ते जपानी भाषाही शिकतात आणि फ्रान्समधल्या कामासाठी फ्रेंच भाषाही शिकतात. जगातली कुठलीही भाषा शिकण्यात ते मागे हटत नाहीत. उत्साही आणि बुद्धिवान तरुणांमुळेच भारताचा सॉफ्टवेअर उद्योग वेगानं प्रगती करतो आहे.

सॉफ्टवेअर आधारित बऱ्याच कामांखेरीज इन्फोसिसची शक्ती कंपनीच्या सेवाविभागावर अवलंबून आहे. जगात सध्या ह्या क्षेत्रात ती सर्वांत मोठी कंपनी आहे.

प्रथम 'सेवा' म्हणजे काय, ते नीट समजून घेऊ या. कुठलीही आय.टी. किंवा आय.टी.ई.एस. कंपनी मुख्यतः तीन तऱ्हेच्या 'सेवा' किंवा कामं करून देत असते :-

१) **इम्प्लीमेंटेशन (काम सुरू करून देणे)**:– हे सगळ्यात कमी महत्त्वाचं काम आहे. जेव्हा एखाद्या कंपनीच्या खरा प्रश्न काय आहे ते लक्षात येतं आणि तो कसा सोडवायचा ते समजतं, तेव्हा तो उपाय अमलात आणायला, काम प्रत्यक्ष सुरू करून द्यायला कोणीतरी हवं असतं. अशा वेळी ती कंपनी इन्फोसिससारख्या कंपनीकडे जाते. ह्याला इम्प्लिमेंटेशन म्हणतात. 'Y2K' समस्या हे ह्याचं एक

उदाहरण आहे. तेव्हा अमेरिकी आणि युरोपीय कंपन्यांना त्यांची समस्या लक्षात आली होती, त्याचा उपायही माहीत होता; परंतु तो उपाय प्रत्यक्षात अमलात आणून देणारी कंपनी हवी होती. इन्फोसिसनं अशा प्रकारच्या कामाची सुरुवात केली.

२) **सोल्युशन डेव्हलपमेंट (उपाय शोधणे)**:– ह्या कामात ग्राहकाला त्याची समस्या काय आहे, हे ठाऊक असतं, पण त्याचा उपाय माहीत नसतो किंवा उपाय शोधण्याची रीतही माहीत नसते. ते मग इन्फोसिससारख्या कंपनीशी संपर्क साधतात. ह्यासाठी इन्फोसिसकडे कॉम्प्युटर विशेषज्ञ असणं, एवढंच पुरेसं नसतं. तर, त्यांच्याकडे निदान अशी माणसं असलीच पाहिजेत, जी त्या ग्राहकाच्या धंद्यातली माहीतगार असतील. उदाहरणार्थ– जर एखादी टीम बरीच डिपार्टमेंटल स्टोअर्स चालवणाऱ्या ग्राहकाची समस्या सोडवायचं काम करत असेल, तर डिपार्टमेंटल स्टोअर चालवण्याची माहिती असलेला एखादा विशेषज्ञ बरोबर असणं उपयोगी होईल. असा विशेषज्ञ कॉम्प्युटर विशेषज्ञांबरोबर काम करून समस्येचा उपाय शोधून तो अमलात आणेल.

तसं पाहिलं, तर कन्सल्टन्सी सर्व्हिसेस (सल्ला देण्याचं काम) सारखीच ही गोष्ट आहे आणि अशा प्रकारचं काम करून देणं अनेक सॉफ्टवेअर कंपन्यांसाठी खूप महत्त्वाचं झालं आहे. खूपच हुशार तरुण मंडळी जी भारतात किंवा दुसरीकडे कोठे आपली सर्जनशील प्रतिभा दाखवू इच्छीत असतात, ती ह्या कार्यक्षेत्रातील आव्हानं स्वीकारत असतात आणि अमेरिकी कंपन्या अशा सक्रिय भागीदारीचा फायदा घेतात. पुष्कळ कंपन्या अशा कामासाठी इन्फोसिससारख्या कंपन्यांची मदत घेत असतात. म्हणूनच अशा अलीकडच्या वर्षांमधे इन्फोसिसच्या कमाईत खूप वाढ झाली आहे.

३) **कन्सल्टन्सी सर्व्हिसेस (सल्ला देण्याचं काम)**:– कामांच्या क्रमवारीमध्ये ह्या कामाचं महत्त्व सर्वांत जास्त आहे आणि म्हणूनच सर्व सॉफ्टवेअर कंपन्या हे काम शोधत असतात. असं होऊ शकतं, की ग्राहकासमोर एखादी समस्या उभी राहील आणि ती नेमकी काय आहे, तेच त्यांना कळत नाही. अशा वेळी ग्राहक इन्फोसिसशी संपर्क साधतो. मग इन्फोसिसचे विशेषज्ञ कामाच्या सर्व बाबींचा आढावा घेऊन ग्राहकाच्या समस्येचा अभ्यास करतात, प्रश्न काय आहे ते शोधून काढतात आणि त्यावरील उपाय शोधून काढून तो अमलात आणून काम सुरू करून देतात.

जगातली सर्वांत मोठी सॉफ्टवेअर कंपनी – आय.बी.एम. – ही ह्या क्षेत्रातली सर्वश्रेष्ठ कंपनी आहे. इन्फोसिसला त्या पातळीवर पोहोचायचं आहे, परंतु सध्या तरी मुख्यत: ती सोल्युशन डेव्हलपमेंटचं काम करते आहे.

आपण बघितलं– त्याप्रमाणे सॉफ्टवेअरची कामं करून देण्यासाठी स्वत: सक्षम असण्याबरोबरच दुसऱ्या धंद्यांच्या क्षेत्रांची माहिती असणं जरूर असतं. भारतीय सॉफ्टवेअर उद्योग आणि त्यातही विशेष करून इन्फोसिसला कुठल्या क्षेत्रांची माहिती आहे?

बँका, इतर आर्थिक संस्था आणि विमाक्षेत्रातील कंपन्या, हे सर्वांत महत्त्वपूर्ण क्षेत्र आहे; ज्याच्याबरोबर इन्फोसिस संलग्न आहे. त्यांच्या एकूण कमाईचा ३४.५ टक्के भाग वेगवेगळ्या आंतरराष्ट्रीय आर्थिक संस्थांच्या उपक्रमांमधून मिळतो. इन्फोसिस ज्या दुसऱ्या महत्त्वाच्या उद्योगांकडून मोठ्या प्रमाणात कमाई करते, ते पुढीलप्रमाणे आहेत–

१) **दूरसंचार** :– इन्फोसिसच्या कमाईचा १८.५ टक्के भाग झपाट्यानं विकास होत असलेल्या दूरसंचार उद्योगातल्या आंतरराष्ट्रीय कंपन्यांसाठी सॉफ्टवेअर बनवण्यातून येतो. टेलिफोन कंपन्या, सेलफोन कंपन्या आणि कॉम्प्युटर कनेक्शन मिळवून देणाऱ्या सगळ्याच कंपन्यांचा 'दूरसंचार' उद्योगात समावेश होतो.

२) **उत्पादन** :– अनेक प्रकारच्या वस्तू बनवणाऱ्या कंपन्या कच्चा माल मिळवण्यापासून विक्रीसाठी योग्य तयार माल बनविण्याच्या प्रक्रियेसाठी, वस्तूंमध्ये सुधारणा करण्यासाठी आणि त्यात तेज गती कायम ठेवण्यासाठी, कॉम्प्युटर आणि सॉफ्टवेअर कंपन्यांना गाठतात. ह्याला सप्लाय चेंज मॅनेजमेंट म्हणतात. इन्फोसिसच्या कमाईचा १४.५ टक्के भाग ह्या क्षेत्रातील देशातल्या आणि आंतरराष्ट्रीय कंपन्यांकडून येतो.

३) **रिटेल (किरकोळ विक्री)** :– भारतात ह्या क्षेत्रात अजून विकास होत आहे. अमेरिका व इतर विकसित देशांमध्ये किरकोळ विक्रीचा बाजार खूप विकसित झाला आहे. अमेरिकेतल्या वॉलमार्ट कंपनीची विक्री, जगातल्या आठव्या क्रमांकाच्या देशाच्या अर्थव्यवस्थेपेक्षाही जास्त आहे. अशा दुकानांना चेन स्टोअर्स (दुकानांची वेगवेगळ्या शहरांत असलेली साखळी) म्हणतात. ह्यांचं सगळंच काम संपूर्णपणे कॉम्प्युटरवर अवलंबून असतं. ही दुकानं अनेक शहरांमध्ये असतात, म्हणून ह्या सर्व दुकानांमध्ये आवश्यक तो माल पोचतो आहे ना आणि प्रत्येक वस्तूचा साठा पुरेशा प्रमाणात आहे ना, ह्याकडे लक्ष ठेवण्यात येतं. ह्या कामासाठी विशिष्ट प्रकारचं सॉफ्टवेअर तयार करून इन्फोसिसच्या एकूण कमाईतला १० टक्के भाग मिळतो.

४) **आरोग्यरक्षा आणि इतर क्षेत्रं** :– कॉम्प्युटर सॉफ्टवेअरचा उपयोग इतर अनेक क्षेत्रांत होतो. ही सर्व क्षेत्रे मिळून सध्या इन्फोसिसच्या कमाईचा २२.५ टक्के भाग येतो.

इन्फोसिसच्या कमाईचा बराचसा हिस्सा परदेशातून येतो, ही गोष्ट लक्षवेधक

आहे. उदाहरणार्थ– एका वर्षीच्या ७१३० कोटींच्या कमाईपैकी फक्त १३३ कोटी भारतातून मिळालेले होते.

जगातल्या वेगवेगळ्या भागातल्या कंपन्यांच्या गरजांनुसार, ते देत असलेली जागतिक सेवा नक्की करण्यासाठी, इन्फोसिस एका आदर्श एकीकृत तंत्राची मदत घेते. जागतिक पातळीवर उपाय सुचविण्यासाठी इन्फोसिस 'ग्लोबल डिलिव्हरी मॉडेल' नावाचं एक तंत्र वापरते. ह्यामागे कारण हे आहे, की इन्फोसिसची ऑफिसेस सर्व जगभर पसरलेली आहेत, त्यामुळे अशा एका तंत्राचा उपयोग बऱ्याच ठिकाणी होऊ शकतो.

जेव्हा एखादं काम येतं, तेव्हा ते ज्या प्रकारचं असेल, त्याप्रमाणे ते काम वेगवेगळ्या ऑफिसांत वाटून देण्यात येतं. मग वेगवेगळ्या ऑफिसांमध्ये झालेल्या कामांना एकत्र जोडून संपूर्ण समस्येचा उपाय मिळवण्यात येतो. भारतातल्या बऱ्याच सॉफ्टवेअर कंपन्यांनी आता ही पद्धत उचलली आहे, परंतु ती सुरू करण्याचं श्रेय इन्फोसिसला जातं.

इन्फोसिसनं संपूर्ण जगात पसरलेल्या आपल्या ग्राहकांचा जो विश्वास मिळवला आहे, ते इन्फोसिसचं सर्वांत मोठं यश आहे. कंपनीनं आंतरराष्ट्रीय उद्योजकांमध्ये स्वत:ची लोकप्रियता पक्की केली आहे, त्याचबरोबर बऱ्याच गुंतवणूक करणाऱ्यांना भारताकडे आकर्षितही करून घेतलं आहे.

इन्फोसिस आज उपाय शोधण्याच्या क्षेत्रातून पुढे जाऊन भारताच्या बुद्धिवान लोकांच्या प्रतिभेचा उपयोग करून सॉफ्टवेअर डेव्हलपमेंटचं कामही करत आहे. परंतु त्यातून जी कमाई होते, ती उपाय शोधण्याच्या कामाच्या तुलनेत बरीच कमी आहे.

उदाहरणार्थ– बँकांसाठी तयार करण्यात आलेलं सॉफ्टवेअर – 'फिनेकल' – हे इन्फोसिसचं एक महत्त्वाचं सॉफ्टवेअर पॅकेज आहे. जगातल्या अडतीस देशांमधल्या बँका ह्या सॉफ्टवेअरचा उपयोग करतात, ज्यात आयसीआयसीआय, आयडीबीआय, एबीएन ॲम्रो आणि ॲक्सिस (पूर्वीची यूटीआय बँक) अशा मोठ्या बँकांचा समावेश होतो.

जेव्हा इन्फोसिस खूप प्रसिद्ध कंपनी नव्हती, तेव्हा मूर्तींनी १९८७ मध्ये अमेरिकेच्या 'कूर्त सालमॅन ॲन्ड असोसिएट्स'(KSA) बरोबर मिळून एका संयुक्त कंपनीची स्थापना केली होती. ही KSA कंपनी अमेरिकेतली खूप प्रसिद्ध कंपनी होती, म्हणून त्यांच्यामुळे इन्फोसिसला कामं मिळू लागली होती. परंतु इन्फोसिस हीच प्रसिद्ध कंपनी झाल्यावर १९९७ मध्ये इन्फोसिसनं बरोबरची संयुक्त कंपनी बंद केली.

त्यानंतर इन्फोसिसनं 'यंत्र कॉर्पोरेशन' नावाची एक पूरक कंपनी अमेरिकेत

काढली. त्या कंपनीत कुठल्याही प्रकारे सरळ पैसे गुंतवले नव्हते, परंतु तिला इन्फोसिसच्या विशेषज्ञांनी तयार केलेल्या सॉफ्टवेअर पॅकेजेसचे मालकी हक्क देण्यात आले होते. 'यंत्र कॉर्पोरेशन' खूपच यशस्वी झाली होती आणि इन्फोसिसनं जेव्हा २००४ मध्ये ती विकली, तेव्हा सुमारे ४५ कोटी रुपयांचा फायदा झाला होता.

परंतु, असं समजू नका, की इन्फोसिसच्या वाट्याला फक्त यश आणि यशच आलं होतं. कंपनीच्या इतिहासात काही अपयशंही नोंदविलेली आहेत. इन्फोसिसद्वारा स्वत: सर्वेक्षण करून उघडण्यात आलेली, सेलफोन सेवा देणारी 'ऑन मोबाइल' कंपनी यशस्वी होऊ शकली नाही. त्याचप्रमाणे इन्फोसिसनं 'प्रोगेऑन बी.पी.ओ.' काढली होती, पण तीही त्या क्षेत्रात आघाडीच्या कंपन्यांमध्ये आली नाही. बी.पी.ओ.चं महत्त्व लक्षात येऊन दुसऱ्या सॉफ्टवेअर कंपन्यांनी इन्फोसिसच्या आधी बी.पी.ओ. कंपन्या काढल्या होत्या आणि त्या यशस्वी झाल्या होत्या.

ह्याखेरीज दुसऱ्याही अडचणी इन्फोसिसला सहन कराव्या लागतात. उदा. अमेरिकन डॉलरचा रुपयांमध्ये एक्सचेन्ज दर. ह्याचं कारण असं, की इन्फोसिस आणि दुसऱ्या सॉफ्टवेअर कंपन्यांच्या कमाईचा मोठा हिस्सा दुसऱ्या देशांमधून – विशेषत: अमेरिकेतून – मिळत असतो, त्यामुळे अमेरिकन डॉलरचा रुपयांमधे विनिमय दर जो ४६ रुपये होता, तो कमी होऊन ३९.५० झाला तर सॉफ्टवेअर कंपन्यांच्या नफ्यावर त्याचा खूपच परिणाम होतो.

भारतीय सॉफ्टवेअर उद्योगातली दुसरी मोठी कमतरता ही आहे, की त्यांच्याकडे स्वत:चं असं कुठलं सर्वसामान्य सॉफ्टवेअर पॅकेज तयार करण्याची क्षमता नाही. उदाहरणार्थ– 'मायक्रोसॉफ्ट विंडो', ज्याचा खूप लोक उपयोग करतात.

साधारणपणे भारतीय कंपन्या तांत्रिक बाबतीत हुशार आहेत, त्यामुळे अशी पॅकेजेस तयार करण्याऐवजी त्या कामं करून देण्यात आणि विशेष ग्राहकांच्या गरजा पुऱ्या करण्यात जास्त वाकबगार आहेत.

परंतु मूर्ती म्हणतात, की ह्याबद्दल आपण वाईट वाटून घेण्याचं कारण नाही. त्यांच्या मते, कामं करून देणाऱ्या कंपन्यांनी स्वत: काही बनवून ते बाजारात आणलं पाहिजे, हा खूप जुना विचार आहे. आजच्या बाजारात ज्या कंपन्या सॉफ्टवेअरची कामं करून देण्याकडे लक्ष केंद्रित करत आहेत, त्या चांगल्या चालल्या आहेत. म्हणून हे महत्त्वाचं आहे, की आपण जे काही करू, ते उपयोगी आणि परिणामकारक पद्धतीचं करू.

परंतु मनातून इन्फोसिसला खूप इच्छा आहे, की तेही नवं सॉफ्टवेअर बनवण्यात यश मिळवतील.

मूर्तींनी एकदा म्हटलं होतं, "जेव्हा कंपनी एकदम मजबूत होईल, तेव्हा

सर्वांना तो बदल दिसेल.'' ते तर आजही, जरी इन्फोसिस आज जगातली एक चांगलं नाव असलेली कंपनी आहे, तरी तिला 'विकासशील कंपनी'च म्हणतात. मूर्तींना वाटतं, की अजून खूप काही करण्याचं बाकी आहे.

अशा परिस्थितीत असं कोणतं श्रेष्ठत्व आहे, जिथं मूर्तींना पोचण्याची इच्छा आहे?

मूर्तींच्या मते, श्रेष्ठत्व ते नाही, जिथं कमाई किंवा नफा-नुकासान येते; उलट ते अशा श्रेष्ठत्वाच्या शोधात आहेत, ज्यामध्ये कंपनीत शिस्त आणि झपाट्यानं काम होणं ह्या गोष्टी असतील. उदाहरणार्थ– जर ह्या वर्षी एखादं काम पूर्ण करण्यासाठी शंभर तास लागत असले, तर पुढच्या वर्षी ते काम ९५ तासांत पूर्ण झालं पाहिजे. मूर्तींच्या मते, हे खरं श्रेष्ठत्व असेल.

म्हणूनच इन्फोसिसमध्ये योग्यता आणि कामामध्ये तत्परता, चटपटीत असणं ह्यावर विशेष भर देण्यात येतो– कोण कुठल्या पदावर आहे किंवा कोणाचं व्यक्ती म्हणून महत्त्व जास्त आहे, हे विचारात घेतलं जात नाही.

एखाद्या ठिकाणी एक-दोन चुकाही होऊ शकतात. ह्यासाठी एक उच्चस्तरीय कमिटी बनवण्यात आली आहे, जी कंपनीची स्वप्नं आणि त्या स्वप्नांना अनुरूप पद्धतीनं काम चालवण्याबद्दल जागरूक असते.

मूर्ती पुष्कळदा म्हणतात, की इन्फोसिसचं भविष्य देशाच्या तरुण पिढीवर अवलंबून आहे. ह्या विचाराला धरून आणि इन्फोसिसच्या दूरगामी विकासाचा विचार करून मूर्तींनी निर्णय घेतला आहे, की पुढील पिढीला वाव देण्यासाठी काहीतरी केलंच पाहिजे. नवीन व तरुण प्रतिभा पुढे यावी, ह्यासाठी ३१ मार्च २००२ ला त्यांनी इन्फोसिसच्या सी.ई.ओ. (चीफ एक्झिक्युटिव्ह ऑफिसर) पदाचा राजीनामा दिला होता.

इन्फोसिसचे दुसरे संस्थापक नंदन नीलेकणी ह्यांनी सी.ई.ओ.चं काम हाती घेतलं. अलीकडेच तेही हे पद सोडून केंद्र सकरारच्या एका अत्यंत महत्त्वाच्या, राष्ट्रीय नागरिकांक प्राधिकरणाच्या अध्यक्षपदावर गेले व त्यांच्या जागी संस्थापकांपैकीच एक एस. गोपालकृष्णन् ह्यांनी तो पदभार सांभाळला आहे. मूर्ती कंपनीचे अध्यक्ष आणि सल्लागार म्हणून काम करत आहेत.

मूर्तींनी जरी नवी माणसं आणि नव्या विचारांना रस्ता मोकळा करून दिला असला, तर जागतिक पातळीवरची एक संस्था म्हणून इन्फोसिसची ओळख टिकवून ठेवण्यासाठी त्यांच्या अनुभवांची जरूरी आहे. ह्या वयात लोक निवृत्त होऊन आराम करण्याचा विचार करत असतात, पण मूर्ती अजूनही इन्फोसिसचे लोकप्रिय नेता आणि ब्रँड ॲम्बॅसडर आहेत.

त्यांना असं सतत कार्यरत राहण्यास प्रोत्साहन कोण देतं?

मूर्ती एक लहानसं उदाहरण देऊन ह्या प्रश्नाचं उत्तर देतात–

खेळांच्या जगात विजय मिळवण्याचा अर्थ काय असतो? जो हरतो, त्याला टीममधे किंवा मैदानात कोणतीही जागा नसते. कुठल्याही खेळाडूचं खरं बक्षीस हेच असतं, की तो सतत जिंकत राहील.

त्याचप्रमाणे आयुष्यात ध्येयापर्यंत पोचण्यात आनंद नसतो; नवनवीन ध्येयांकडे वाटचाल करत राहण्यात असतो, असं मूर्ती म्हणतात.

◆◆◆

नारायण मूर्ती : मान, पुरस्कार आणि सन्मान

१२

नारायण मूर्तींना आतापर्यंत मिळालेले मान, पुरस्कार, सन्मान

१९९६	:–	'डेटाक्वेस्ट'चा 'आय.टी. मॅन ऑफ द इयर' पुरस्कार.
१९९६-९७	:–	जे.आर.डी. टाटा 'कॉर्पोरेट लीडरशिप' पुरस्कार.
१९९७	:–	एफ.आय.आय. ट्रस्टचा

'राष्ट्रभूषण' पुरस्कार.

१९९८-९९-
२००० :– ओळीने तीन वर्षं 'बिझिनेस वीक'चा 'स्टार ऑफ एशिया' सन्मान.

१९९८ :– आय.आय.टी. कानपूरचा 'सर्वश्रेष्ठ पूर्व छात्र' पुरस्कार.

१९९८-९९-
२००० :– 'बिझिनेस बॅरन'द्वारा प्रकाशित 'भारताचे सर्वश्रेष्ठ सी.ई.ओ.' ह्या श्रेणीत ओळीने तीन वर्षं प्रथम स्थान.

१९९९ :–
• इमर्जिंग मार्केट ॲन्ड आय.एन.जी. बेरिंग्जचा 'इमर्जिंग मार्केट सी.ई.ओ. ऑफ द इयर' पुरस्कार.
•'बिझिनेस इंडिया'चा 'बेस्ट बिझिनेसमन ऑफ द इयर'पुरस्कार.
• 'बिझिनेस इंडिया'च्या श्रेष्ठ उद्योगपतींच्या यादीत स्थान.
• 'फेडरेशन ऑफ कर्नाटक चेम्बर ऑफ कॉमर्स ॲन्ड इन्डस्ट्रीज'चा 'श्री विश्वेश्वरय्या स्मृती' पुरस्कार.
• 'इलेक्ट्रॉनिक इंडस्ट्रीज असोसिएशन'चा 'इलेक्ट्रॉनिक मॅन ऑफ द इयर' पुरस्कार.

२००० :–
• 'एशिया वीक'द्वारा प्रकाशित 'पॉवर ५०' यादीत नाव.
• 'पद्मश्री' पुरस्कार

२०००- २००१ :–
• 'इकॉनॉमिक टाइम्स'चा 'बिझिनेस पर्सन ऑफ द इयर' पुरस्कार.
• 'मॅक्स स्मिधेनी फ्रीडम' पुरस्कार.
• 'लोकप्रशासन आणि प्रबंधन

विज्ञान'मध्ये उत्कृष्टतेचा 'लालबहादूर शास्त्री' राष्ट्रीय पुरस्कार.

• टाइम्स ऑफ इंडियाच्या सर्वेक्षणात 'कर्नाटकाचे श्रेष्ठ पुरुष' म्हणून निवड.

• अमेरिकेतील 'टाइम' मासिकात 'जगातील पंचवीस सर्वश्रेष्ठ व्यावसायिकां'च्या यादीत निवड.

• व्हार्टन एज्युकेशनल इन्स्टिट्यूटतर्फे आंतरराष्ट्रीय व्यापारासाठी आणि लोकांचे राहणीमान सुधारण्यासाठी केलेल्या कामाबद्दल खास पदक.

२००२ :– 'ई ॲन्ड वाय'च्या वर्षाचे 'जागतिक उद्योजक' हा मानाचा पुरस्कार.

२००३ :– • इन्फर्मेशन टेक्नॉलॉजी व्यवसायात विकासाच्या योगदानाबददल बनारस हिंदू विश्वविद्यालयाकडून डी.लिट्.ची मानद पदवी.

• 'फॉर्च्युन' मासिकाचा 'आशियातील श्रेष्ठ व्यावसायिक' पुरस्कार. (हा पुरस्कार मिळविणारे ते पहिले भारतीय आहेत. नंदन नीलेकर्णींनाही हा पुरस्कार मिळाला.)

• भारत-फ्रान्स संबंध सुधारण्याबद्दल पुरस्कार.

• काश्मीर विश्वविद्यालयाची डी.लिट्.ची मानद पदवी.

• जवाहरलाल नेहरू स्मृती पुरस्कार.

२००४ :– भारतीय व्यापारी संघाच्या सुवर्णजयंतीनिमित्त सर्वश्रेष्ठ व्यावसायिक पुरस्कार.

• इन्फर्मेशन टेक्नॉलॉजी उद्योगाच्या विकासात भरीव कामगिरी करणाऱ्या जागतिक पातळीवरील अग्रणींच्या अमेरिकन 'टाइम' मासिकाच्या यादीत नाव.

• लोकमान्य टिळक पुरस्कार.

• पी.डब्ल्यू.सी. आणि फायनान्शिअल टाइम्सच्या जागतिक अंकात सर्वोच्च सन्मानित उद्योजकांच्या यादीत नाव.

२००५ :– • 'इकॉनॉमिस्ट'च्या जगातील सर्वांत प्रशंसनीय व्यावसायिकांच्या पंधरा जणांच्या यादीत आठवा क्रमांक.

• 'फायनान्शिअल टाइम्स'द्वारा प्रकाशित जगातील सर्वांत प्रतिष्ठित अग्रणी व्यावसायिकांच्या यादीत अठ्ठाविसावा क्रमांक.

२००६ :– 'टाइम' मासिकानं घेतलेल्या मतदानात 'एशियन हीरो'चा किताब जिंकला.

२००७ :– • 'इकॉनॉमिस्ट'तर्फे 'बिझिनेस प्रोसेस इनोव्हेटर' म्हणून निवड.

• 'द इन्स्टिट्यूट ऑफ इलेक्ट्रिकल अँड इलेक्ट्रॉनिक्स इंजिनिअर्स'तर्फे इन्फर्मेशन टेक्नॉलॉजी विश्वव्यापी करण्यात मार्गदर्शन करण्याबद्दल 'अर्नेस्ट वेबर इंजिनिअरिंग' लीडरशिप मेडल.

२००८ :– पद्मविभूषण सन्मान

फ्रान्स सरकारकडून 'ऑफिसर ऑफ दी लीजंड ऑफ द ऑनर' हा सन्मान.

◆◆◆

इन्फोसिस : प्रगतीचे सोपान

१३

इन्फोसिसचा सुरुवातीचा काळ खूप चढ-उतारांचा होता. अशा कठीण दिवसांमध्ये काही वेळा असे अवघड निर्णय घ्यायला हवेत, अशी परिस्थिती उभी राहिली; तेव्हा संस्थापकांनी जबरदस्त बुद्धिमत्ता वापरली आणि वेळ ओळखून योग्य निर्णय घेतले व इन्फोसिसला साफल्याच्या शिखरावर पोचवली. त्या अवघड निर्णयांच्या वेळची परिस्थिती आणि घेतलेले निर्णय बघू या :–

१९८१ :– • एन.आर. नारायण मूर्ती आणि सहा इंजिनिअरांनी मिळून पुणे इथे दोनशे पन्नास डॉलर्सच्या सुरुवातीच्या भांडवलावर इन्फोसिसची स्थापना केली.

• इन्फोसिस कन्सल्टंट्स प्रा.

		लिमिटेडचे रजिस्ट्रेशन. • न्यूयॉर्कमध्ये इन्फोसिसचे प्रथम ग्राहक 'डाटा बेसिक्स'बरोबरच्या करारपत्रावर सह्या.
१९८२	:–	• इन्फोसिसने प्रथमच आय.आय.टी. मद्रासच्या काही जणांना नोकरीवर घेतलं. • अमेरिकेतील पहिलं ग्राहक 'डाटा बेसिक्स'चं काम सुरू.
१९८३	:–	• 'मायको'ने (MICO) इन्फोसिसला काम देण्याचं ठरविलं – हा एक मोठा, महत्त्वाचा टप्पा होता. • मुख्य कार्यालय पुण्याहून बंगळुरूला आलं.
१९८७	:–	इन्फोसिसने आपलं परदेशातलं पहिलं ऑफिस अमेरिकेत उघडलं.
१९८९	:–	वाढत चाललेल्या अडचणींमुळे इन्फोसिस कंपनी बंद करावी किंवा विकून टाकावी लागणार की काय, अशी परिस्थिती झाली. नारायण मूर्तींच्या हस्तक्षेपाने इन्फोसिस सुरू राहिली.
१९९१	:–	• इन्फोसिसची कमाई सुमारे पाच कोटी रुपये झाली. • भारत सरकारच्या आर्थिक सुधारणांमुळे इन्फोसिसच्या विकासाला मदत झाली.
१९९२	:–	• दोन एप्रिल रोजी इन्फोसिसनं कंपनीचं नाव बदलून ते 'इन्फोसिस टेक्नॉलॉजिज प्रायव्हेट लिमिटेड' केलं. • ह्या कंपनीचं मुख्य ऑफिस बंगळुरूमध्ये स्थापण्यात आलं.
१९९३	:–	• इन्फोसिसचे शेअर बॉम्बे स्टॉक एक्सचेंजमधे 'लिस्टेड' झालं.

• इन्फोसिसला ISO 9001 प्रमाणपत्र मिळालं.

• इन्फोसिसला TICKIT क्वालिटी सर्टिफिकेट मिळालं.

• मुख्य कार्यालयासाठी बंगळुरूमध्ये पाच एकर जमीन विकत घेण्यात आली.

१९९४ :– • कंपनीचं मुख्य कार्यालय इलेक्ट्रॉनिक्स सिटी–बंगळुरू इथे हलवलं.

• फ्रेमाउन्ट इथे एक विकास केंद्र उघडलं.

१९९५ :– • इंग्लंडमध्ये पहिले युरोपियन ऑफिस आणि टोरान्टो (कॅनडा) व मंगलोरमध्ये विकास केंद्रं उघडण्यात आली.

• ई-व्यवसायाची सुरुवात

• बंगळुरूमध्ये इन्फोसिस सॉफ्टवेअर पार्क उघडण्यात आलं. इन्फोसिसच्या शाखा भारताच्या मुख्य शहरांमध्ये उघडण्यात आल्या.

१९९६ :– • डिसेंबरमध्ये इन्फोसिस फाउंडेशनची सुरुवात करण्यात आली.

• युरोपमध्ये इन्फोसिसचं पहिलं ऑफिस उघडण्यात आलं.

• इन्फोसिसने सॉफ्टवेअर कनेक्टिव्हिटीकडे जास्त लक्ष देण्यास सुरुवात केली.

१९९७ :– इन्फोसिसला सी. एम. एम. (CMM) लेव्हल ४ क्वालिटी नियंत्रणाचं सर्टिफिकेट मिळालं.

१९९८ :– इन्टरप्राइस सोल्युशनची (पॅकेज्ड ॲप्लिकेशन) सुरुवात.

१९९९ :– • अमेरिकेत दोन विकास केंद्रं उघडली.

• इन्फोसिस बिझिनेस कन्सल्टन्सी सर्व्हिसची सुरुवात.

• इन्फोसिसची कमाई प्रथमच एक हजार लाख डॉलर्स झाली.

• अमेरिकेच्या नेसडॅक (NASDAQ) शेअरबाजारात 'लिस्टेड' होणारी पहिली भारतीय कंपनी.

• इन्फोसिसने जर्मनी, स्वीडन, बेल्जियम आणि ऑस्ट्रेलियात ऑफिसेस उघडली.

• इन्फोसिसला (CMM) सी.एम.एम. लेव्हल ५ क्वालिटी नियंत्रणाचे सर्टिफिकेट मिळालं.

२००० :– • इन्फोसिसची कमाई वाढून प्रथमच दोन हजार लाख डॉलर्स झाली.

• इन्फोसिसने फ्रान्स व हाँगकाँगमध्ये ऑफिसेस उघडली.

• मायक्रोसॉफ्टने इन्फोसिसबरोबर काम करण्याची इच्छा व्यक्त केली.

२००१ :– • 'बिझिनेस टुडे' आणि 'हेविट' ह्यांनी केलेल्या सर्वेक्षणात इन्फोसिसला 'सर्वश्रेष्ठ सेवा प्रतिष्ठान' हा सन्मान मिळाला.

• इन्फोसिसची कमाई प्रथमच चार हजार लाख डॉलर्स झाली.

• आपल्या कर्मचाऱ्यांना कंपनीच्या नफ्याचा हिस्सा मिळावा म्हणून इन्फोसिसने ESOP योजना सुरू केली, जी कुठल्याही भारतीय सॉफ्टवेअर कंपनीद्वारा प्रथमच करण्यात आली.

• इन्फोसिसने यू.ए.ई., अर्जेन्टिना आणि जपानमध्ये ऑफिसेस उघडली.

• इन्टेलने इन्फोसिसबरोबर काम करण्यास सुरुवात केली.

• भारतातून सॉफ्टवेअरची निर्यात करण्यात इन्फोसिस प्रथम स्थानावर.

२००२ :– • नंदन नीलेकणी इन्फोसिसचे नवे सी.ई.ओ. झाले.

• आतापर्यंत सी.ई.ओ. असलेले नारायण मूर्ती कंपनीचे अध्यक्ष, सल्लागार आणि मार्गदर्शक झाले.

• इन्फोसिसने प्रथमच पन्नास कोटी डॉलर्सची कमाई केली.

• इन्फोसिसने हॉलंड, सिंगापूर, आणि स्वित्झर्लंडमधे ऑफिसेस उघडली.

• इन्फोसिसने आय.बी.एम., सन वगैरेंबरोबर काम सुरू केलं.

• इन्फोसिसने 'प्रोगेऑन' ह्या BPO ची सुरुवात केली.

२००३ :– • चीन आणि ऑस्ट्रेलियात सहायक कंपन्या सुरू केल्या.

• चीन व पुण्यामधलं काम वाढवलं. तिरुअनंतपुरम इथे एक विकास केंद्र सुरू केलं.

• BVQI तर्फे दूरसंचार कामासाठी इन्फोसिसला TL900 क्वालिटी कन्ट्रोल सर्टिफिकेट मिळालं.

• इन्फोसिसने ओरॅकल (ORACLE) बरोबर काम सुरू केलं.

• एक्सपर्ट इन्फर्मेशन सर्व्हिसेस प्रा.लि., ऑस्ट्रेलिया ह्या कंपनीचे शंभर टक्के भाग विकत घेऊन त्याचं नाव इन्फोसिस ऑस्ट्रेलिया प्रा. लिमिटेड ठेवण्यात आलं.

२००४ :– • इन्फोसिसची वर्षभराची कमाई एक अब्ज डॉलर्सच्या वर गेली.

• इन्फोसिसला ISO 14001 क्वॉलिटी कन्ट्रोल सर्टिफिकेट मिळालं.

• एका वर्षाच्या आत १००० कोटी रुपये नफा मिळवणारी इन्फोसिस ही पहिली भारतीय सॉफ्टवेअर कंपनी झाली.

२००५ :– • भारताकडून शंभर कोटी अमेरिकन डॉलर्सच्या आंतरराष्ट्रीय भागीदारीचा विक्रमी प्रस्ताव.

• 'ग्लोब मॅक्हॉल ऑफ फेम'साठी निवड.

२००६ :– • दोन जुलैला इन्फोसिसने कंपनीची रजतजयंती साजरी केली.

• वीस ऑगस्टला नारायण मूर्ती कार्यकारी अध्यक्षपदावरून निवृत्त झाले.

• 'प्रोगेऑन' BPO मध्ये सिटी बँकेचा तेवीस टक्के हिस्सा होता, तो विकत घेऊन संपूर्ण मालकी मिळवली व त्याचं नाव इन्फोसिस BPO लिमिटेड केलं.

२००७ :– • इन्फोसिसची कमाई तीनशे कोटी अमेरिकन डॉलर्सहून जास्त झाली.

• कर्मचाऱ्यांची संख्या ७०,०००पेक्षा जास्त झाली.

• तेरा एप्रिलला नंदन नीलेकणी सी.ई.ओ. पदावरून निवृत्त झाले व क्रिश गोपालकृष्णन् नवे सी.ई.ओ. झाले.

• नंदन नीलेकणी डायरेक्टर बोर्डाचे सह-अध्यक्ष झाले.

• दक्षिण अमेरिकेत नव्या सहायक कंपनीची स्थापना.

२००८ :– • इन्फोसिसची कमाई चारशे कोटी अमेरिकन डॉलर्सहूनही जास्त झाली.

• कर्मचाऱ्यांची संख्या नव्वद हजारांपेक्षाही जास्त झाली.

◆◆◆

१४

इन्फोसिसला मिळालेले पुरस्कार आणि सन्मान

इन्फोसिसला सुरुवातीपासूनच त्यांचे ग्राहक, उद्योगजगत, प्रसारमाध्यमं आणि इतर संस्थांकडून उत्कृष्ट कार्यकुशलतेसाठी पुरस्कार व सन्मान मिळतच आले आहेत. इथे त्यांना आतापर्यंत मिळालेले काही प्रमुख, महत्त्वाचे पुरस्कार दिले आहेत.

निर्यातीसाठी मिळालेले पुरस्कार

१९९३-९४ :- भारत सरकारच्या वाणिज्य मंत्रालयाकडून निर्यातीमध्ये उत्कृष्ट कामगिरीबद्दल ट्रॉफी.

१९९४-९५ :- इलेक्ट्रॉनिक्स अँड कॉम्प्युटर सॉफ्टवेअर प्रमोशन कौन्सिल–

नवी दिल्लीकडून इलेक्ट्रॉनिक्स आणि कॉम्प्युटर सॉफ्टवेअर वर्गात निर्यातीमध्ये उत्कृष्ट कामगिरीबद्दल 'अखिल भारतीय शील्ड'.

१९९५-९६ :- भारत सरकारच्या वाणिज्य मंत्रालयाकडून निर्यातीमध्ये उत्कृष्ट कामगिरीबद्दल प्रमाणपत्र.

१९९९ :- भारत सरकारच्या आयात-निर्यातीच्या नव्या नियमांना अनुसरून 'इंटरनॅशनल सुपरस्टार सर्व्हिस एक्सपोर्ट हाऊस'चा दर्जा देऊन सन्मान. असा दर्जा मिळविणारी इन्फोसिस ही भारतातली पहिली कंपनी.

२००७ :- सर्व्हिस सेक्टरमध्ये 'फेडरेशन ऑफ कर्नाटक चेम्बर ऑफ कॉमर्स अँड इंडस्ट्री'कडून निर्यातीमध्ये उत्कृष्ट कामगिरीबद्दल पुरस्कार.

प्रौद्योगिकी उत्कृष्टता पुरस्कार

१९९५-९६ :- नवी दिल्ली येथील इलेक्ट्रॉनिक्स आणि कॉम्प्युटर सॉफ्टवेअर विकास परिषदेतर्फे 'नव्या उत्पादनांचे नवे उपयोग' ह्या वर्गातील उत्कृष्ट कामगिरीसाठी विशेष पुरस्कार.

१९९७ :- Bancs 2000, कॉम्प्युटर सोसायटी ऑफ इंडियाकडून 'बेस्ट पॅकेज्ड ॲप्लिकेशन कॅटेगरी'अंतर्गत राष्ट्रीय आय.टी. पुरस्कार.

१९९९ :- • डेटाक्वेस्ट 'आय.टी. पाथब्रेकर' पुरस्कार.
• इन्स्टिट्यूट ऑफ इलेक्ट्रॉनिक्स अँड टेलिकम्युनिकेशन इंजिनिअर्स तर्फे इलेक्ट्रॉनिक्स, दूरसंचार आणि आय.टी. उद्योग ह्यांमध्ये उत्कृष्ट कामगिरीबद्दल आय.ई.टी.ई. कॉर्पोरेट पुरस्कार.

२००० :- 'विश्व आर्थिक मंच'तर्फे 'टेक्नॉलॉजी पायोनियर' हा

विशेष पुरस्कार.

२००२ :- 'फायनान्शिअल टेक्नॉलॉजी एशिया'तर्फे सर्वश्रेष्ठ 'क्षेत्रीय सॉफ्टवेअर हाऊस' पुरस्कार.

२००३ :- • उत्पादन वेळेवर पाठवून देण्याची बांधिलकी दाखविण्याबद्दल टेक्सास इन्स्टुमेंट्स (TI) चा २००१चा सप्लायर एक्सलन्स पुरस्कार.
• Deloitte Touche Tohmastu – एशिया प्रशांत प्रौद्योगिकी फास्ट 500 द्वारा जाहीर केलेल्या पहिल्या २५० कंपन्यांमध्ये समाविष्ट.

मानव-व्यवहार हेतू पुरस्कार

२००१ :- बिझिनेस टुडे आणि हेविटकडून सर्वश्रेष्ठ रोजगार देणारी कंपनी कुठली ते बघण्यासाठी १५५ कंपन्यांचे सर्वेक्षण करण्यात आले, त्यात भारतामध्ये इन्फोसिस टेक्नॉलॉजीज ही कंपनी सर्वश्रेष्ठ ठरून प्रथम स्थानावर आली.

२००२ :- • हेविट असोसिएट्सच्या सर्वेक्षणात सलग दुसऱ्या वर्षीही सर्वश्रेष्ठ रोजगार देणारी कंपनी म्हणून भारतात प्रथम स्थान.
• 'डेटाक्वेस्ट'नं कर्मचाऱ्यांचं त्यांच्या कंपनीबद्दलचं मत जाणून घेण्यासाठी वीस भारतीय कंपन्यांचे सर्वेक्षण केलं, त्यात इन्फोसिसला प्रथम स्थान.

२००३ :- • डेटाक्वेस्टच्या इन्फर्मेशन टेक्नॉलॉजी कंपन्यांच्या सर्वेक्षणात सलग दुसऱ्या वर्षीही प्रथम स्थान.
• बिझिनेस टुडे आणि हेविटच्या वार्षिक सर्वेक्षणाप्रमाणे रोजगार देणारी भारतातली सर्वश्रेष्ठ कंपनी.

२००४ :- • 'कॉम्प्युटर वर्ल्ड'तर्फे इन्फर्मेशन टेक्नॉलॉजी क्षेत्रात अमेरिकेत काम करणाऱ्या १०० सर्वश्रेष्ठ कंपन्यांमध्ये

इन्फोसिसचा समावेश.
• इन्फोसिस ट्रेनिंग आणि डेव्हलपमेंट टीमला ASTD (अमेरिकन सोसायटी फॉर ट्रेनिंग अँड डेव्हलपमेंट)तर्फे संघटनकौशल्य आणि ट्रेनिंगमधील कामाबद्दल सर्वश्रेष्ठ पुरस्कार.

२००६ :- 'बिझिनेस टुडे'मध्ये प्रकाशित झालेल्या BT-Mercer-TNS च्या सर्वेक्षणात 'भारतात नोकरीसाठी सर्वश्रेष्ठ कंपनी' म्हणून जाहीर केली गेली.

२००७ :- • नोकऱ्यांमध्ये महिला आणि पुरुषांच्या उत्कृष्ट भागीदारीबद्दल 'नॅसकॉम-इंडिया टुडे' – वूमन कॉर्पोरेट पुरस्कार.
• 'ग्लोबल आउटलूक'मध्ये २००७ चा ऑप्टिमस पुरस्कार मिळाला.

कंपनी प्रदर्शन आणि प्रबंधन पुरस्कार

२००८ :- • बारा महिन्यांच्या उत्तम कामगिरीबद्दल बोइंग कंपनीकडून २००७ चा 'बोइंग परफॉर्मन्स एक्सलन्स' पुरस्कार मिळाला.
• एमिटीप्राइस फायनान्शिअलतर्फे '२००७ व्हेंडर ऑफ द इयर' पुरस्कार.
• CNBC टीव्ही18, CNBC आवाज आणि moneycontrol.com तर्फे आयोजित मतदानात २००७ चा, 'न्यू एज एम्प्लॉयर ऑफ व्हॉइस' हा पुरस्कार जिंकला.
• २००८च्या इन्फोसिसच्या वार्षिक रिपोर्टला एल.ए.सी.पी. प्लॅटिनम पुरस्कार.
• ए.पी.ए.सी. कंपनीतर्फे सर्वश्रेष्ठ निवेशक संबंध पुरस्कार.

♦♦♦

मूल्याधिष्ठित जीवन – नारायण मूर्तींची मुलाखत

१५

त्रेसष्टाव्या वर्षात पदार्पण केलेले एन.आर. नारायण मूर्ती भारताच्या सर्वांत यशस्वी सॉफ्टवेअर कंपनीचे – इन्फोसिस टेक्नॉलॉजीजचे – अध्यक्ष आणि प्रमुख कार्यकारी अधिकारी होते, ते २००६ मध्ये निवृत्त झाले आहेत. इथे हे सांगणे योग्य ठरेल, की २००८ मध्ये इन्फोसिसची कमाई चारशे कोटी अमेरिकन डॉलर्सपेक्षाही जास्त होती. मूर्तींसकट सात जणांनी १९८१ मध्ये प्रत्येकी दहा हजार रुपये गुंतवून इन्फोसिसची स्थापना केली होती. (मूर्तींनी ते पैसेही त्यांच्या पत्नीकडून उधार घेतले होते, ही गोष्ट वेगळी!) त्यानंतर तर इन्फोसिस नवनवे विक्रम करत राहिली. ESOP (एम्प्लॉईज स्टॉक ऑप्शन प्लॅन) सुरू करणारी भारतातील ती पहिली कंपनी होती. अमेरिकेच्या स्टॉक एक्सचेंजमध्ये (नॅसडॅक) 'लिस्टेड' होणारी

भारतातील ही पहिली कंपनी होती. स्वच्छ, पारदर्शक कारभार आणि व्यवहारात इमानदारी ही इन्फोसिसची प्रतीकं झाली आहेत.

ह्या सर्वांचं मुख्य श्रेय मूर्तींना जातं. सॉफ्टवेअर क्षेत्राला चांगले दिवस येतील, हे त्यांच्या आधी लक्षात आलं; त्यांनी योग्य माणसं निवडून टीम बनवली आणि सर्वांत महत्त्वाचं म्हणजे त्या सर्वांना बरोबर घेऊन काम केलं. इन्फोसिसचं यश थक्क करणारं आहे, कारण ह्या कंपनीचे सर्व संस्थापक मध्यमवर्गातून आलेले आहेत. त्यांच्यापैकी कोणालाही व्यापारधंद्याचा पूर्वानुभव नव्हता. फक्त मन, बुद्धी आणि मेहनत करण्याची शक्ती, हेच भांडवल होतं.

आठ भावंडांमध्ये मूर्तींचा नंबर पाचवा होता. त्यांचे वडील म्हैसूरमध्ये एक सामान्य शाळामास्तर होते. पैशाअभावी मूर्ती आय.आय.टी.मधे प्रवेश घेऊ शकले नव्हते. आज इन्फोसिसमध्ये त्यांची भागीदारी सुमारे १० टक्के असल्यानं मूर्ती धनवान व्यक्ती झाले आहेत. त्यांची संपत्ती कित्येक कोटी रुपये असेल, परंतु आजही ते आपल्या परंपरांवर निष्ठा राखतात. ते बंगळुरूच्या जयनगर भागात, जिथे मध्यमवर्गीय लोक राहतात, तिथे त्यांच्या पत्नीसमवेत राहतात. पत्नी सुधा मूर्तीही इंजिनिअर आहेत. त्याची दोन मुले अक्षता व रोहन अमेरिकेत शिकत व काम करत आहेत. अक्षताचा अलीकडेच विवाह झाला.

*(ही मुलाखत बंगळुरूमध्ये नाझनीन करमाली ह्यांनी घेतली आहे.)

(*मुलाखत इ. स. २००० मध्ये घेतलेली असावी, म्हणून योग्य ते फेरफार केले आहेत.)

इंजिनिअरिंगमध्ये करिअर करण्याचा विचार आपल्या मनात कसा आला?

– माझे काका सरकारी नोकरीत होते आणि माझ्या वडिलांची खूपच इच्छा होती, की मीही तोच मार्ग निवडावा; परंतु मला त्यात अजिबात रुची नव्हती. त्या काळी 'मेडिकल'सारखंच 'इंजिनिअरिंग'लाही महत्त्व दिलं जात होतं. लोक अर्थशास्त्र किंवा समाजशास्त्र अशा विषयांमधील करिअरला फार महत्त्व देत नव्हते. मला आय.आय.टी.च्या प्रवेश परीक्षेत चांगले मार्क मिळाल्याने प्रवेश व स्कॉलरशिपही मिळाली होती, परंतु ती स्कॉलरशिप वर्षाअखेर देण्यात येत असे. मला आजही वडिलांचे शब्द आठवतात. ते म्हणाले होते, की काहीही झालं तरी तिथला खर्च त्यांना परवडणार नव्हता, कारण त्यांचा महिना पगार फक्त अडीचशे रुपये होता. ते म्हणाले, "जर तुला हवं असेल, तर दुसऱ्या कुठल्याही कॉलेजमधून एखादा उपयोगी कोर्स तू करू शकतोस." म्हणून मग मी स्थानिक इंजिनिअरिंग कॉलेजमध्ये प्रवेश घेतला.

आपल्या करिअरसाठी आपल्याला ज्यांनी प्रेरणा दिली, असे आपले आदर्श कोण होते?

– त्या काळी शाळा-कॉलेजांमध्ये आमचे आदर्श आमचे गुरूच असत. ते आम्हाला शिकवायचे की आम्ही स्पष्ट विचार करावा आणि जिज्ञासू वृत्ती ठेवावी. १९६० च्या दशकात जिल्ह्याच्या मुख्य गावी राहाणाऱ्या कनिष्ठ मध्यमवर्गीयांची तुम्ही कल्पना करा. माझे वडील आम्हा सर्व मुलांना शिकवायचे, की स्वहितापेक्षा सार्वजनिक हित जास्त महत्त्वाचं समजावं. माझी आई खरं बोलण्याचं आणि स्वार्थत्यागाचं महत्त्व सांगायची. आयुष्यातल्या ह्या मूलभूत आदर्शांपलीकडे आमचं करिअर वगैरेबद्दल ते जास्त बोलत नसत.

माझं स्वप्न, पंडित नेहरू ज्याला आधुनिक भारताची मंदिरं म्हणायचे, तशा हायड्रो-इलेक्ट्रिक पॉवर प्लँटमधे ज्युनिअर इंजिनिअर होण्याचं होतं. मला अशा स्थळाचं मुख्य आकर्षण हे होतं, की ते स्थळ प्रदूषणरहित आणि नैसर्गिक वातावरणात होतं. शिवाय हेही होतं, की एक इलेक्ट्रिकल इंजिनिअर असल्यानं विशाल जनरेटर बनवलेलं बघणं, ही माझ्यासाठी एक मोठी गोष्ट होती. पण मला खूप चांगले मार्क मिळत असत म्हणून मला लोकांनी सल्ला दिला, की मी डिग्री मिळवावी. परंतु आरक्षण नीतीमुळे कर्नाटकात आमच्यासारख्या लोकांना नोकरी मिळणं अवघड होतं. म्हणून मग करिअरचा निर्णय मी डिग्री मिळविल्यानंतर दोन वर्षांनंतर बघू, म्हणून टाळला.

शेवटी आपण आय.आय.टी. मध्ये पोचलात. तिथला अनुभव कसा होता?

– आय.आय.टी. कानपूरमध्ये सर्व बाजूंनी शांती होती. तिथं अमेरिकेहून पीएच.डी. होऊन आलेले खूप प्रोफेसर होते. त्या सगळ्यांचं वय वीस ते तीसच्या मधलं होतं. ते सगळे उत्साही आणि खूप आशावादी होते. शिवाय कानपूर इन्डो-अमेरिकन कार्यक्रमाच्या अंतर्गत आय.आय.टी. हे एम.आय.टी., बर्कले, परड्यूसारख्या आठ अमेरिकन युनिव्हर्सिटींबरोबर जोडलेलं होतं. ह्याचा फायदा असा झाला की जेव्हा एम.आय.टी.ला एक IBM कॉम्प्युटर मिळाला, तेव्हा त्यांनी एक कानपूरलाही पाठवला. आमचा परिचय कॉम्प्युटर ह्या 'वंडरमशीन'शी करून देण्यात आला आणि 'प्रथम नजरेत प्रेम' म्हणतात तसा मी त्याच्या प्रेमात पडलो!

आय.आय.एम.च्या नोकरीच्या प्रस्तावाकडे आपण का आकर्षित झालात?

– आय.आय.एम. अहमदाबादमध्ये मी जो काळ घालवला, तो खूपच चांगला

गेला. तिथे मी मुख्य सिस्टिम प्रोग्रामर होतो. त्या काळात (कॉम्प्युटर सायन्स) ग्रॅज्युएट खूपच कमी होते, त्यामुळे आम्हाला सगळ्यांना पाच-पाच ठिकाणी नोकऱ्या देऊ केल्या गेल्या होत्या. मला स्वत:ला एच.एम.टी., ई.एस.आय.एल., टेल्को आणि एअर इंडियाकडून बोलावलं गेलं होतं. ह्या सर्व ठिकाणी आय.आय.एम.पेक्षा पगार खूप जास्त होता. परंतु आय.आय.एम.च्या प्रोफेसर कृष्णय्यांनी कानपूरच्या आय.आय.टी.मध्ये माझ्याशी एक तास बोलून मला सांगितलं होतं, की एक अत्यंत आधुनिक मिनी-कॉम्प्युटर ते बसवणार आहेत आणि म्हणून हार्वर्ड व स्टॅनफर्डसारखी 'टाइम शेअरिंग सिस्टिम' असलेली आय.आय.एम.ही जगातली तिसरी बिझिनेस स्कूल होईल. त्यांनी असंही सांगितलं, की तिथलं वातावरण कॉलेजसारखं आहे. कोणीही तिथं दिवसाचे वीस-वीस तासही काम करू शकतो आणि खूप काही शिकू शकतो. महिन्याला आठशे रुपयांची नोकरी स्वीकारण्याचा माझा निर्णय हा माझ्या आयुष्यातला सर्वश्रेष्ठ निर्णय होता.

प्रोफेसर कृष्णय्यांकडून मी खूप काही गोष्टी शिकलो. तसं पाहिलं, तर ते अशी व्यक्ती होते, ज्यांचा माझ्यावर खूपच प्रभाव पडला होता. त्यांनी मला 'इच्छे'चं महत्त्व समजावलं होतं. आम्ही वीस-वीस तास काम करून पहाटे तीन वाजता आणि कधी कधी तर सकाळी सात वाजता खोलीवर येत होते. तिथं नवं-नवं शिकण्याच्या खूप संधी मिळाल्या. आम्ही ई.सी.आय.एल.साठी एक बेसिक इन्टरप्रिटर डिझाईन तयार केलं होतं. मला इंजिनिअर होण्याचं ध्येय काय असावं, ते समजलं. माझ्या लक्षात आलं, की इंजिनिअरिंग शिकणं म्हणजे नुसतं सिद्धान्त शिकणं नव्हे, तर प्रश्नाचं उत्तर शोधून काढणं आणि चारचौघांपेक्षा काहीतरी वेगळं करून दाखवण्याचं साधन आहे.

करिअरच्या सुरुवातीला आपण परदेशातही काम केलं होतं. त्या थोड्या काळात आपण काय शिकलात?

– पॅरिसमध्ये घालवलेला माझ्या आयुष्यातला काळ माझ्यासाठी खूपच प्रेरणा देणारा ठरला. माझ्या लक्षात आलं, की पाश्चिमात्य देश – अगदी समाजवादी देशही – असं मानतात, की पैसा वाटून टाकण्यापूर्वी पैसा मिळवावा लागतो. तिथे फक्त काही नेतेच पैसे मिळवू शकत होते. सरकारचं हे कर्तव्य आहे, की असं वातावरण तयार करावं ज्यात लोकही पैसे मिळवू शकतील. मला वाटतं, की भारतात जो समाजवाद मांडला जात होता, तो पटणारा नव्हता. आपल्या देशात समाजवाद नुसता सैद्धान्तिक रूपात चर्चिला जात होता; जी खऱ्या वास्तवापुढे अगदी वेगळी गोष्ट होती. तुम्ही गरिबी वाटू शकत नाही!

माझे वडील मला नेहमी सांगत असत, की पश्चिमी देशांकडून भारतानं खूप काही

शिकलं पाहिजे. त्याचबरोबर पाश्चिमात्य शास्त्रीय संगीताचेही ते खूपच शौकीन होते. रविवारी ऑल इंडिया रेडिओवर एक तासाचा पाश्चिमात्य संगीताचा कार्यक्रम येत असे. एक दिवस मी त्यांना विचारलं, ''मी हे पाश्चिमात्य संगीत का ऐकलं पाहिजे?'' ते म्हणाले, ''सिम्फनीमध्ये सगळ्यात चांगली गोष्ट मला ही वाटते, की त्यात शंभराहूनही जास्त लोक असतात आणि ते सर्वच जण आपापल्या कलेत पारंगत असतात; परंतु एका बांधलेल्या धूनवर ते सर्व एकत्रपणे, संघभावनेनं असं काही संगीत तयार करतात, जे जणू दैवी बनतं. ते असं सिद्ध करतात की एकाबरोबर दुसरा एक मिळून ते दोघांपेक्षा काहीतरी जास्त होतात. टीमवर्कचं हे उत्तम उदाहरण आहे.''

कुठल्या घटनांनी आपल्याला साधं-सरळ आयुष्य जगण्याची प्रेरणा दिली?

– पॅरिसमधल्या वास्तव्यानंतर मी जवळजवळ चारशे पन्नास डॉलर्स ठेवून बाकीची कमाई दान करून टाकली आणि मायदेशात परत येण्याचं ठरवलं. मी 'नीस'ला आलो, जो त्या वेळच्या युगोस्लाव्हिया आणि बल्गेरियाच्या सीमेवरचा प्रदेश होता. येथून मला सोफिया एक्स्प्रेस पकडायची होती. ट्रेनमध्ये मी एका युवतीशी वेगवेगळ्या विषयांवर बोलत होतो. पाऊण तासानंतर ट्रेन कुठल्याशा स्टेशनवर उभी राहिली, तेवढ्यात पोलीस येऊन त्या युवतीला घेऊन गेले. माझं सर्व सामान उघडून तपासलं आणि मला एका कोठडीत बंद करून टाकलं; तिथं दहा फूट उंचावर एकच खिडकी होती. त्यांनी मला साठ तास तिथं कोंडून ठेवलं आणि मग असं सांगून सोडून दिलं की मित्र देशाचा नागरिक होतो म्हणून ते मला सोडून देत होते. मला वाटलं, की जे लोक मित्रांशी असं वागतात, ते शत्रूंशी कसं वागत असतील, कोणाला ठाऊक? ह्या अनुभवानं मला जबरदस्त धक्का बसला आणि वाईट वाटलं होतं.

म्हणूनच मग तुमच्या मनातला समाजवादी एक पक्का भांडवलदार झाला?

– मी शंभर टक्के व्यापारी आहे, पण मी स्वत:ला संवेदनशील भांडवलदार म्हणवतो, कारण आर्थिक बाबतीत मी पक्का रुढीवादी आहे आणि सामाजिक बाबतींमध्ये खूप उदार. परंतु, समाजवादाबद्दल माझ्या मनात थोडाही संभ्रम नाही. भारतासारख्या देशात जेव्हा भांडवलशाही हा एक आकर्षक पर्याय म्हणून लोकांपुढे ठेवला जातो, तेव्हा गरजू लोकांबद्दल मोठ्या आर्थिक बळाच्या साह्याने उभं राहून सहानुभूती दाखवावी, हे खूप गरजेचं आहे. ह्याचा अर्थ असा मुळीच नाही, की तुम्ही अयोग्य लोकांना नोकऱ्या द्या किंवा कमी नफा करा; परंतु जितक्या प्रकारे सहानुभूती दाखवता येईल तितकी दाखवा.

इन्फोसिस सुरू करण्यामागे काय विचार होते?

– आमच्या सर्वांच्या मनात एक विचार पक्का होता, की आम्हाला सर्वांना भारतातच राहायचं आहे. परदेशात स्थायिक होण्यासाठी भरपूर संधी होत्या, परंतु आम्हा सर्वांना भारतात एक चांगली संस्था स्थापन करायची होती. आम्ही हेही जाणून होतो, की इथे ग्राहक मिळवणं खूप अवघड होईल; म्हणून पहिल्या दिवसापासूनच 'निर्यात' हे आमचं ध्येय होतं. त्या वेळी आम्हाला हे ठाऊक नव्हतं, की आमची निर्यात केवढी वाढेल; परंतु आम्हाला समाधान ह्याचं, होतं की आम्हाला बुद्धिवान, हुशार आणि कामसू सहकाऱ्यांबरोबर काम करायला मिळत होतं.

आम्हाला पहिलं काम न्यूयॉर्कच्या 'डाटा बेसिक्स'कडून मिळालं. त्यांच्याबरोबर आम्ही पटणी कॉम्प्युटर सिस्टिम्समध्ये काम करत होतो, परंतु त्यांना भारतात त्यांची स्वत:ची सॉफ्टवेअर कंपनी उभी करायची होती. आम्ही त्यांना पटवून दिलं, की आम्हाला ते काम सोपवलं, तर आम्ही ते अगदी उत्तम दर्जाचं करून देऊ. माझे सहकारी त्यांच्या ऑफिसमध्येच हे काम करून देण्यासाठी, अमेरिकेला गेले. मूळ पायाची चौकट उभी करायला मी इथे भारतातच राहिलो. त्या वेळी आम्ही एक कॉम्प्युटर आयात करण्याचा निर्णय घेतला, त्यातच आम्ही बऱ्याच सुधारणा करू शकलो असतो.

त्या दिवसांमध्ये आपल्यासारख्या वेगळ्या, नव्या क्षेत्रातल्या लोकांसाठी काम मिळवणं कितपत सोपं किंवा अवघड होतं?

– त्या दिवसांमध्ये कुठलीही वस्तू किंवा कॉम्प्युटर घेण्यास पंधरा ते चोवीस महिने लागत असत. आम्ही सर्वांनी १९८१ मध्ये काम सुरू केलं, परंतु आमचा पहिला कॉम्प्युटर फेब्रुवारी १९८४ मध्ये आला. कर्जाऊ पैसे मिळवणं खूप अवघड होतं. आम्ही मायको (MICO) बरोबर वेळ वाटून घेऊन काम करण्याचा सौदा केला, ज्याच्या आधारे आम्ही ए.एन.झेड.ला (ANZ) एक रिपोर्ट पाठवला. परंतु ए.एन.झेड.नं आम्हाला कर्जाऊ पैसे द्यायचं नाकारलं. बऱ्याच बँकांनी आम्हाला रिकाम्या हातांनी परत पाठवलं. योगायोगानं एका विमानप्रवासात कर्नाटक सरकारचे औद्योगिक गुंतवणूक आणि विकास निगमचे के.एस.एन. मूर्तींशी माझी भेट झाली. त्यांनी माझं म्हणणं ऐकून घेतलं आणि आम्हाला मार्ग सापडला. त्यांनी आमचा रिपोर्ट काळजीपूर्वक, स्वस्थपणे वाचला आणि पंधरा दिवसांत तो मंजूर केला.

त्या दिवसापासून आम्हाला खात्रीनं वाटू लागलं, की आपली लायकी भारतात काम करून सिद्ध करावी. त्यासाठी आम्हाला अगदी मूलभूत अशा काही सोई हव्या

होत्या– कॉम्प्युटर, टेलिफोन लाइन्स, इ. एक फोन मिळायला बंगळुरूत आम्हाला एक वर्ष लागलं होतं! त्या वेळी तिथे एक नियम होता, की व्यापाराच्या कामाऐवजी नोकरीवरून निवृत्त झालेल्या सरकारी कर्मचाऱ्यांना उच्च प्राधान्यता देण्यात येत असे. आम्हाला साडेतीन लाख डॉलर्सचं काम मिळालं होतं आणि त्याचबरोबर आमच्या ग्राहकाकडून आम्हाला आय.बी.एम.साठी योग्य अशी मशिन्सही उसनी मिळणार होती. म्हणून आमच्या ग्राहकाचं आग्रहाचं म्हणणं पडलं, की आमच्याकडे एक टेलिफोन असला पाहिजे, म्हणजे गरज पडल्यास ते आमच्याशी लगेच संपर्क साधू शकतील. आमचे ग्राहक जे म्हणाले होते, ते मला आजही आठवतं– ''आम्हाला ठाऊक आहे, की तुमच्याकडे सक्षम लोकांची सबंध टीम आहे; परंतु तुम्हाला जर ते काम भारतातून करायचं असेल, तर तुम्ही आम्हाला खात्रीपूर्वक सांगितलं पाहिजे, की तुम्ही टेलिफोन लाइन घ्याल.'' हे ऐकल्यावर अत्यंत इच्छा असूनही आम्हाला सौद्यातून माघार घ्यावी लागली!

सर्वांना असे अनुभव आले पाहिजेत, कारण अशा अनुभवांमधूनच आपण कुठे कमी पडतो, हे समजून घेण्याची आपल्याला संधी मिळते आणि त्यामुळे आपली ईश्वरावरची श्रद्धा वाढते. मी आयुष्यात अतिशय भाग्यवान ठरलो आहे. समाजाला मी जेवढं दिलं, त्याहून जास्त मला परत मिळालं आहे. माझे पुष्कळ मित्र आहेत; जे माझ्याहून जास्त हुशार आहेत, जास्त गुणी आहेत. परंतु काय कारणानं कोण जाणे, आयुष्यात मला खूपच चांगल्या संधी मिळाल्या. त्यासाठी कोणाचे आभार मानण्याऐवजी मी ती देवाची दया म्हणेन.

अशी वेळ कधी आली का, जेव्हा आपल्याला सगळं सोडून द्यावंसं वाटलं?

– अशी एक वेळ १९९० मध्ये आली होती, जेव्हा आम्ही डगमगलो होतो. माझ्या साथीदारांना वाटू लागलं, की आपली प्रगती होत नसेल, तर मग आपण कंपनी विकून टाकायचं ठरवलं पाहिजे. आम्ही सगळ्यांनी चार-पाच तास चर्चा केली होती आणि मी खूप निराश झालो होतो. पण मग एकदम माझ्या मनात एक विचार आला. मी त्या सगळ्यांना सांगितलं, ''तुम्ही सगळे काळजी करू नका. मी तुमचे सगळ्यांचे समभाग विकत घेईन. मी जाणून आहे, की सध्या देशात परिस्थिती वाईट आहे; परंतु मला पूर्ण विश्वास आहे, की आपल्याला प्रकाश दिसेल.'' काही मिनिटांतच ते सगळे एकदम म्हणाले, की ते सगळे माझ्या बरोबरच राहाणार आहेत. आजनंतर कोणीही कंपनी बंद करण्याबद्दल, थकून गेल्याबद्दल किंवा सोडून देण्याबद्दल कधीही बोलणार नाही. ही लांब पल्ल्याची दौड पुन्हा सुरू होईलच.

नेतृत्व त्याला म्हणायचं, जे अशक्य गोष्ट शक्य करून दाखवतं. वास्तवाकडे बघण्याची दृष्टी बदलतं. भारताचं खरं स्वरूप कसं आहे?– घाणेरडे, खाचखळगे असलेले रस्ते, प्रदूषण, बेशिस्त वाहनव्यवहार वगैरे, वगैरे. खरं स्वरूप जसं आपण बनवलेलं असतं, तसं असतं. ते बदलणं आपल्याच हातात असतं. तुम्ही लोकांमध्ये आत्मविश्वास निर्माण केलात, तर ते उच्च स्थानी पोचू शकतात. आम्ही सर्व जण आमची कंपनी जगातल्या दुसऱ्या मोठ्या कंपन्यांप्रमाणे कंपनीच्या सिद्धांतांना अनुसरून व्यापारी धोरणाने चालवतो. धंद्याशी संबंधित कुठल्याही साधनांचा, सोईंचा आम्ही खासगी कामासाठी उपयोग करत नाही.

इन्फोसिससाठी महत्त्वाचं वळण कुठलं होतं?

– कुशाग्र बुद्धी संधीचा फायदा घेते. इकडे आम्ही निश्चय केला, की आम्ही उत्साहानं लांब पल्ल्याच्या शर्यतीत पळूच, की तिकडे सरकारी नीती उदारीकरणाची झाली. उदारीकरणामुळे ज्या चांगल्या गोष्टी घडल्या, त्या सर्वांचा फायदा जर कुठल्या कंपनीने घेतला असेल, तर तो इन्फोसिसनं. ह्या नीतीनं आमच्यासाठी चार गोष्टी झाल्या– उदारीकरणामुळे सरकारी निर्णयांची गती वाढवली. पूर्वी जो विलंब व्हायचा, तो होईनासा झाला. दिल्लीला जाऊनच परवानगी घ्यावी लागणं १९९१ नंतर बंद झालं. आता आम्ही इथल्या इथं सॉफ्टवेअर टेक्नॉलॉजी पार्क ओलांडून जाऊन अर्ध्या दिवसात दहा लाख डॉलर्सचं लायसेन्स मिळवू शकत होतो.

दुसरं, भागीदारी हा एक पैसे उभे करण्याचा व्यवहार्य विकल्प झाला. भांडवलावरची नियंत्रणं दूर झाल्यावर भारतामध्ये कामकाजावर बऱ्याच तऱ्हेनं प्रभाव पडला. पूर्वी कंपनीला शेअर्स विकायचे असतील, तर त्या कामासाठी नेमलेल्या एक अधिकाऱ्याकडे जावं लागत असे आणि कंपनीनं शेअरचा बाजारभाव काय ठेवायचा, हे तो नक्की करत असे. हे सर्व नियम १९९१ नंतर दूर करण्यात आल्यावर नवनव्या कंपन्यांना भांडवल मिळवायला शेअरबाजारात येणं सोपं झालं.

तिसरं म्हणजे, सरकारनं चालू (करंट अकाउंट) खात्यातील व्यवहारांसाठी रिझर्व्ह बँकेचे नियम शिथिल केले. ह्यामुळे असं झालं, की परदेशात जाणं, परदेशात ऑफिस उघडणं, परदेशातून सल्ला घेणं, हे सगळं सोपं झालं. अशा १९९१ पूर्वी कामांना पाच ते दहा दिवस लागायचे. आज येत्या सहा तासांत मी परदेशदौऱ्यासाठी निघू शकतो. हे एक मोठं परिवर्तन म्हटलं पाहिजे.

सगळ्यात महत्त्वाची गोष्ट ही होती की, सरकारनं विदेशी भांडवल गुंतवणुकीचे नियम पार बदलून टाकले होते आणि आता बहुराष्ट्रीय कंपन्यांना शंभर टक्के गुंतवणुकीला परवानगी दिली आहे. इन्फोसिसच्या प्रगतीचं सर्वांत मोठं कारण हे

आहे. दरम्यानच्या काळात पुष्कळ मोठमोठ्या कंपन्या परदेशातून आल्या आणि खरोखर मोठं आव्हान समोर उभं राहिलं. लोकांनी मला सांगितलंही, की मूर्ती, तुमचा खेळ संपला आता! तुमची सगळी माणसं आता तुम्हाला सोडून जातील!

त्या वेळी आमच्या प्रतिक्रिया तीन प्रकारच्या होऊ शकल्या असत्या. 'हे आमच्या कर्माचं फळ असेल, आम्ही प्रगती करू, पण खूप नाही'– हे हिंदू तत्त्वज्ञान आहे. दुसरा पर्याय असा होता, की परदेशी कंपन्यांना शंभर टक्के गुंतवणूक करायला परवानगी देऊ नये, असा सरकारवर दबाव आणावा. नॅसकॉमचा (NASCOM) अध्यक्ष म्हणून मी त्या सर्व परदेशी कंपन्यांना बाहेर काढू शकलो असतो. परंतु हे सर्व माझ्या मूलभूत तत्त्वांच्या विरुद्ध होतं; आणि शिवाय आम्हाला हे बघायचं होतं, की आमच्याकडचे तरुण आम्हाला सोडून जायला तयार होतील का?; इन्फोसिसमध्ये आम्ही तसं वातावरण तयार करू शकू का?

सफल कंपनी ती म्हणायची, जी बाहेरची परिस्थिती, आव्हानं आणि बाहेरच्या वातावरणाला दोष न देत बसता, स्वतःच्या कंपनीतलं सुधारण्यासारखं काय आहे ते आधी बघणारी. सर्वांनी ह्या मूलभूत बदलांचा विचार केला पाहिजे. आम्ही आमच्या पगाराच्या धोरणात वाढ केली, आम्ही स्टॉक ऑप्शन प्लॅन अमलात आणला; ज्यामुळे आमच्या कर्मचाऱ्यांना दुसऱ्या कुठल्याही भारतीय बहुराष्ट्रीय कंपन्यांपेक्षा जास्त पैसे मिळू लागले. आम्ही आमच्या कर्मचाऱ्यांसाठी मनोरंजनासाठी सोई बनवण्याचंही ठरवलं, ज्यामुळं संध्याकाळी थकले-भागलेले कर्मचारी मनाला आणि शरीराला आराम मिळून दुसऱ्या दिवशी जोमानं आणि उत्साहानं कामावर येतील.

मी हे ठामपणे सांगू इच्छितो आणि ह्या गोष्टीवर माझा विश्वासही आहे, की आपल्या देशानं पाश्चिमात्य देशांकडून खूप काही शिकायचं बाकी आहे. आपण सर्वांनी मोकळ्या मनाचं आणि मजबूत वृत्तीचं झालं पाहिजे आणि त्यांच्याकडे जे चांगलं आहे, ते शिकून घेतलं पाहिजे. लोकशाहीचा अर्थ माझ्या मते हा आहे, की जेव्हा लोक स्वतःच्या वैयक्तिक हितापेक्षा समाजाच्या हिताचा विचार करतील, जेव्हा लोक स्वतःच्या अधिकाराच्या गोष्टी करण्याआधी स्वतःचं कर्तव्य आणि जबाबदारी पार पाडतील.

ह्या सर्व वर्षांमध्ये अशा कोणत्या गोष्टी होत्या, ज्यांमुळे इन्फोसिसची टीम एकजुटीनं राहिली?

– आम्ही एकजुटीनं कसे राहतो, असं विचारताय का? आमचे कायदेकानून अलिखित आहेत. आम्हाला सगळ्यांनाच माहीत आहे, की जर आम्हाला एकजुटीनं काम करायचं असेल, तर आम्हाला देवाण-घेवाणीच्या सिद्धान्ताला मनापासून चिकटून राहिलं पाहिजे, हा सिद्धान्त देण्या-घेण्याची रीत शिकवतो. जसं तुम्ही

द्याल, तसं तुम्हाला मिळेल. हा अलिखित नियम आम्हा सर्वांना एकत्र ठेवत आला. दुसरं म्हणजे, आम्ही सगळे एकमेकांना ओळखतो, कोण कुठल्या बाबतीत हुशार आहे ते आम्हाला ठाऊक आहे आणि त्यामुळे आम्हाला एकमेकांबद्दल आदर आहे.

आमची मूल्यप्रणाली ब्रिटनच्या घटनेसारखी आहे– जी पूर्णपणे अलिखित आहे, पण व्यवहारात सक्षम आहे. जर मला दुसरी कंपनी काढायची झाली, तर मी दुसरी माणसं शोधणार नाही. ती कदाचित माझ्या आत्ताच्या साथीदारांपेक्षा जास्त सक्षम असतील, तरीही मी माझ्या ह्याच साथीदारांची निवड करीन आणि तीच इन्फोसिसची ताकद आहे. आमच्या सर्वांबद्दल सांगायचं, तर मी एकूण सर्व परिस्थितीवर लक्ष ठेवतो. मला बॅलन्सशीट आणि आकडे समजतात. नंदन परस्परसंबंध सांभाळण्यात खूपच हुशार आहे, त्यामुळे तो नेटवर्कमधे बुडालेला असतो. राघवन् कर्मचाऱ्यांशी संबंध अतिशय उत्तम ठेवू शकतो. आम्हा सर्वांपेक्षा गोपाल टेक्नॉलॉजीत सर्वश्रेष्ठ आहे. परिपूर्ण योजना आखण्यात शिबुलाल आणि दिनेश हुशार आहेत. अशा तऱ्हेनं आम्हा सर्वांचं कौशल्य एकमेकांना पूरक आहे.

आपण आपला सर्वश्रेष्ठ व्यावसायिक निर्णय कुठला मानता?

– अंतर्निरीक्षण करणं, हा माझा सर्वश्रेष्ठ व्यावसायिक निर्णय आहे, असं मी मानतो. दुसऱ्या कंपन्या आणि इन्फोसिस ह्यांच्यातला फरक कोणता, असं जर तुम्ही विचारत असाल, तर तो फरक असा आहे– आमची मूल्यप्रणाली खूपच मजबूत आहे. मी नव्या येणाऱ्या माणसांना ह्या मूल्यप्रणालीबद्दल आवर्जून सांगतो. ह्या प्रणालीत पुढील गोष्टी येतात–

१) कितीही कठीण परिस्थिती असली, तरी त्याबद्दल ग्राहकांशी बोलायचं नाही.

२) देशातील कोणताही कायदा मोडायचा नाही.

३) रात्री शांत झोप लागायला हवी असेल, तर लबाडीनं मिळू शकणारे लाखो डॉलरही ठोकरणं चांगलं.

४) खऱ्या गुणी लोकांना योग्य ते महत्त्व द्या.

५) वंशपरंपरागत पद्धत सुरू करू नका.

राघवन्ची दोन मुलं इंजिनिअर आहेत, परंतु नोकरी मागायला ती कधीही इथं आली नव्हती. अमेरिकेला एम.बी.ए. करण्यासाठी जाण्यापूर्वी ती दोघं दुसरीकडे कुठे काम करत होती. आमच्या कंपनीच्या कामगारांचा आत्मसन्मान सांभाळणं, ही पण आमची जबाबदारी आहे.

इन्फोसिसच्या बाबतीत दुसरी अजोड गोष्ट ही आहे, की सफलतेची जी दोन

मोजमापं आहेत – गती आणि कल्पकता – ती संदर्भ आणि वेळेच्या वर धरली जातात. आम्ही असं मानून निर्धास्त राहत नाही, की कुठलीतरी असामान्य शक्ती आम्हाला इतकी वर्षं प्रगती करायला मदत करते आहे. आम्ही आमच्या कामात जर नावीन्य आणलं आणि ते प्रेमानं स्वीकारून वापरत राहिलो, तरच आम्ही तग धरून राहू शकू. नाहीतर उन्हानं दवबिंदू नाहीसे होतात तसे आम्ही नाहीसे होऊ. त्यामुळे आमच्या सर्वांच्या मनात एक भीती व्यापून राहिलेली असते, की आमचे ग्राहक आमच्या कामानं संतुष्ट झाले नाहीत, तर उद्या आम्हाला जेवायला मिळणार नाही! आम्हाला कुठलंही यश सहज मिळालं आहे, असं आम्हाला वाटत नाही. गेल्या तीन महिन्यांचा अहवाल जेवढा चांगला असेल, तेवढेच आम्ही चांगले आहोत. जर का येत्या महिन्यातलं आमचं काम चांगलं नसलं, तर आमचा निकाल लागेल!

आतापर्यंत इन्फोसिसनं बऱ्याच शाखा उघडल्या आहेत. भविष्यकाळातील विकासाच्या रणनीतीमध्ये 'टेकओव्हर'ही आहे का?

– अशक्य आहे. १००० लाख डॉलर्समध्ये ५० टक्क्यांची भर घालणं हे ५००० लाख डॉलर्समध्ये ५० टक्क्यांनी भर घालण्यापेक्षा अवघड आहे. आम्ही 'टेकओव्हर'ची संधी शोधत आहोत, परंतु तशी कंपनी अजून मिळालेली नाही. आम्ही अशी संस्था किंवा कंपनी शोधत आहोत, जिला लगेचच सर्वोच्च स्थान मिळवून देता येईल. ह्यासाठी आदर्श कंपनी म्हणजे एखादी लहान कंपनी असली पाहिजे, जिला नडत असलेली धोरणं सुधारून घेणं सोपं जाईल. शिवाय कंपनीकडे intellectual property rights (बौद्धिक संपत्ती) असलीच पाहिजे किंवा त्यांच्या कार्यप्रणालीत, उपकरणांमध्ये किंवा प्रक्रियांमध्ये अशा गोष्टी असल्या पाहिजेत ज्यांना ई-कॉमर्स, सी.आर.एम.ई. सारख्या नव्या उत्पादकता वाढवण्यासाठी इन्फोसिसमध्ये वापरता येतील. काहीच नाही, तर त्या कंपनीकडे आता ज्याला खप नाही अशा जुन्या पद्धतीचं उत्पादन होत असेल, परंतु एके काळी त्यांचं काम त्यांच्या ग्राहकांना संतोषकारक वाटत असेल, अशी कंपनीही चालेल. अशी कंपनी 'टेकओव्हर' करून तांत्रिक दृष्ट्या तिला सक्षम करू शकू, कारण तसं करण्याची क्षमता आमच्याकडे आहे. आमच्याकडे ग्राहकही बरेच आहेत, त्यामुळे त्यांचं उत्पादन विकणं सोपं जाईल. कुठल्याही उत्पादनासाठी पहिले वीस ग्राहक मिळवणं खूपच अवघड असतं.

बऱ्याच लोकांना असं वाटतं, की Y2Kच्या दुरुस्तीच्या कामासाठी जरूर पडल्यामुळं सॉफ्टवेअर कंपन्या प्रगती करत आहेत. Y2Kनंतर इन्फोसिसचं भविष्य कसं असेल?

– आम्ही नेहमीच एक सॉफ्टवेअर-सेवा देणारी कंपनी म्हणून काम करत राहू, कारण तंत्रज्ञान भराभर बदलत असल्यामुळं त्यांचा फायदा घेण्यासाठी कंपन्यांना इंटरनेटमध्ये बदल करून हवे असतील. त्यामुळे इन्फोसिससारख्या कंपन्यांना सध्याच्या तंत्रज्ञानात दुरुस्ती आणि नवे बदल करून देण्यासाठी पुरेशा संधी असतील; परंतु मूळ ताकद अनुभव मिळवण्यात आहे. म्हणजे असं, की नवे अनुभव आणि नवं तंत्रज्ञान तुम्ही किती जलद समजून घेऊ शकता आणि ग्राहकांच्या कामात त्यांना फायदा होईल, अशा तऱ्हेनं ते उपयोगात आणून देऊ शकता; त्यावरून तुमची मूळ ताकद समजते. इन्फोसिसची नवं शिकण्याची प्रक्रिया सुरू राहील, तोपर्यंत आम्हाला आमच्या भविष्यकाळाची काळजी नाही.

तुमच्यासमोर कुठली मोठी आव्हानं आहेत?

– तंत्रज्ञानामध्ये सुधारणा करण्यासाठी वेगवेगळ्या पद्धती, प्रक्रिया आणि उपकरणांचा आम्ही समावेश करत राहतो, त्यामुळे आमच्या ग्राहकांची गुणवत्ता आणि उत्पादकता वाढत राहील. आज जर एखाद्या कामाला आम्हाला शंभर तास लागत असतील, तर पुढच्या वर्षी पंचाण्णव तासांत ते झालं पाहिजे. दुसरं, आम्हाला विकासाचं तंत्र शिकलंच पाहिजे. जास्त लोकांना कामावर ठेवण्यापेक्षा कमी लोकांबरोबर जास्त व्यवस्थित पद्धतीनं, चैतन्य आणि उत्साहपूर्ण रीतीनं काम करणारी आमची कंपनी झाली पाहिजे. अशा प्रकारचं व्यवस्थापन उभं करणं, हे एक आव्हानच आहे.

माझं स्वप्न इन्फोसिसला जागतिक दर्जाची सन्मानित सॉफ्टवेअर कंपनी बनवण्याचं आहे; जिथं सर्वश्रेष्ठ सॉफ्टवेअर तयार होईल आणि प्रत्येक खात्यात विशेष गुणी माणसांना घेतलं जाईल. बहुराष्ट्रीय कंपनीपेक्षा ही गोष्ट वेगळी आहे. त्या कंपन्यांमध्ये साधारणपणे वेगवेगळ्या देशांमध्ये ज्यांना मदत करणाऱ्या तिथल्या कंपन्या असतात, ज्या तेथील उत्पादन आणि उत्पादित केलेल्या मालाच्या विक्रीचं काम करतात. माझी कल्पना ह्यापेक्षा वेगळी आहे. कंपनी एकाच ठिकाणी असेल; जिथं वेगवेगळ्या राष्ट्रांमधले, वेगवेगळ्या धर्मांचे आणि जातीचे लोक एकत्र समरस होऊन काम करतील आणि गुणी माणसांना महत्त्व मिळेल, समाजात मान मिळेल. मला असं वाटतं, की अशा वातावरणात काम करण्यासाठी स्थानिक लोक सर्वश्रेष्ठ असतील.

नव्या शतकात सॉफ्टवेअर क्षेत्रासमोर कोणकोणती आव्हानं आहेत?

– पहिली गोष्ट ही, की भारताबाहेरच्या कंपनीमध्ये आपल्याला गुंतवणुकी आणि उत्पादनाच्या कामात भागीदारी करायची आहे. ह्या बाबतीत भारतीय उद्योगाची

स्थिती अत्यंत दयनीय आहे. आपण बहुसांस्कृतिक झालं पाहिजे. जसं स्थानिक वातावरणात स्थानिक लोक जास्त चांगलं काम करतात, तसं आपल्याला बहुसांस्कृतिक वातावरणात काम करायला शिकलं पाहिजे. भारतीय कंपन्या असं काम यशस्वी रीतीनं करू शकतात, ह्याची उदाहरणं आपल्यासमोर आहेतच.

सर्वांत मोठं आव्हान लोकांना काम देण्यायोग्य करण्याचं, बौद्धिक शक्ती वाढवण्याचं आणि सर्वश्रेष्ठ व प्रतिभावान लोकांना एकत्र आणण्याचं आहे. व्यक्तिगत उत्पन्न वाढलं पाहिजे आणि विक्रीच्या किमती वाढवता येतील, हे दुसरं मोठं आव्हान आहे. कारण भारतात आपला उत्पादन खर्च वाढत चालला आहे. म्हणून आपण असं करू शकलो नाही, तर दीर्घ काळपर्यंत आपलं यश टिकणार नाही.

भविष्यकाळात उत्पादन करणारी कंपनी होण्यासाठी इन्फोसिस विक्री किंमत वाढवेल का?

– सर्व्हिस सेक्टरमध्ये आमची नफा कमावण्याची शक्ती आणि नफा सगळ्यांपेक्षा चांगला आहे. नॅसडॅकवर कोणाही बरोबर आमची तुलना करून बघू शकता. मायक्रोसॉफ्ट वगळता दुसऱ्या उत्पादक कंपन्यांच्या तुलनेत इन्फोसिसच्या विक्रीतून होणारा नफा जास्त आहे. आम्हाला उत्पादक कंपनीच होण्याची काही जरूरी नाही. खरं पाहता एकूण आर्थिक परिस्थितीत ॲमेझॉन डॉट कॉम, प्राइसलाइन, ई-बे अशा केवळ काम करून देणाऱ्या कंपन्यांचाही विकास होतोच आहे. हा जो परंपरागत विचार आहे, की कंपनीनं उत्पादनात पडलं पाहिजे, त्याच्याशी मी सहमत नाही किंवा त्याबद्दल मला चिंताही नाही. इन्फोसिसनं गेल्या पाच वर्षांत प्रतिव्यक्ती उत्पादकतेमध्ये कमीत कमी दहा टक्के वाढ केली आहे. आम्ही कायम नफाच कमावत आलो आहोत.

माहिती तंत्रज्ञानाच्या क्षेत्रात सरकार काही भूमिका बजावू शकतं का? असं म्हटलं जातं, की ह्या क्षेत्रात इतका विकास, सरकारनं मधे न पडता हात वर केले आहेत म्हणून होऊ शकला– आणि आता एक टेक्नॉलॉजी मंत्रालय बनवण्यात आलं आहे. ह्यामुळे कदाचित अवरोध उभे केले जाऊ शकतील. आपल्याला ह्या बाबतीत काय वाटतं?

– भारतीय उद्योजक यशस्वी होतील, असं वातावरण तयार करण्यासाठी सरकारनं एक भूमिका पार पाडायची असते. त्यांनी एकावर एक उदाहरणं देऊन रोगाची लक्षणं दाखवण्याऐवजी औद्योगिक नीती पाळली जात आहे ना, इकडे लक्ष दिलं पाहिजे. कंपन्यांच्या समस्यांचं निराकरण त्यांच्या बोर्ड मीटिंगमध्ये न होता एखाद्या सरकारी ऑफिसात होऊ लागलं, तर आपण प्रगती करू शकणार नाही.

औद्योगिक नीती पाळण्यात, सुधारण्यात आमची कंपनी खूपच पुढे आहे. सरकारकडून आम्हाला अशा सहकार्याची अपेक्षा आहे, ज्यामुळे आमची प्रगती होईल.

इंटरनेटच्या वाढत असलेल्या महत्त्वानं आपल्या कंपनीला कुठल्या संधी उपलब्ध होतील?

– भारतासारख्या देशासाठी इंटरनेट ही एक विशेष मोठी घटना आहे; कारण त्यांत अंतर असणं, ह्या अडचणीचा अंत होतो. इंटरनेट केव्हाही, कुठेही घेऊन जाऊ शकतं. साधनांची (Resources) कमतरता असलेल्या भारतासारख्या देशात व्यापारातून व्यापार आणि व्यापारातून उद्योग व ग्राहक ह्या दोघांनाही त्वरित काम होण्याचा फायदा करून देण्याच्या दिशेनं इंटरनेट एक महत्त्वाची भूमिका बजावण्याचं काम करणार आहे.

ॲमेझॉनसारखी कंपनी खूप पुढे आली आहे, ही आनंदाची गोष्ट आहे. जुन्या पद्धतीनं काम करणाऱ्या कंपन्या हे जाणून आहेत, की त्यांनी त्यांची पद्धत बदलली नसती, तर त्या बाहेर फेकल्या गेल्या असत्या. ह्यासाठी इंटरनेटची ताकद वाढविण्यावर खूप जोर दिला जात आहे. ऑनलाईन देवाण-घेवाण आता आम्हाला चांगली समजू लागली आहे– आम्ही तसं काम अठरा वर्षं करत आलो आहोत. ई-कॉमर्समध्ये एका मजबूत, विश्वसनीय आणि सुरक्षित ऑनलाईन, पुष्कळ मापदंड असलेल्या ट्रॅन्झॅक्शन प्रोसेसिंग इंजीनची जरूरी असते. एकच फरक हा आहे, की तुम्हाला युजर फ्रेंडली वेब फ्रन्ट एन्ड तयार करावा लागतो. ही योग्यता आम्ही गेल्या दोन-तीन वर्षांमधे विकसित केली आहे. नव्या ई-कॉमर्स कंपन्या येण्याचा आम्हाला खूपच फायदा झाला आहे, कारण ह्या प्रकारची कामं आम्ही खूप वर्षांपासून करत आलो आहोत. ई-कॉमर्स बॅन्ड वॅगन मिळवायची अमेरिकन कंपन्यांची घाई चालली आहे आणि ही आमच्यासाठी चांगली संधी आहे.

शेअरबाजार बघितला, की टेक्नॉलॉजीचं महत्त्व समजतं आणि इन्फोटेक शेअर्सचे भाव सतत वाढत असतात. ह्याबद्दल आपण काय म्हणाल?

– मी माझ्या साथीदारांना सांगतो, की शेअरबाजाराकडे बघू नका. आपल्याला तर रोजच्या रोज ग्राहकांच्या खरेदीच्या शक्तीप्रमाणे उत्पादनं करून ती ठरलेल्या वेळी त्यांना देण्याबद्दल काळजी घेतली पाहिजे. आपण पैसे गुंतवणाऱ्यांशी संशयातीत, स्वच्छ व्यवहार ठेवला पाहिजे. देशाच्या कोणत्याही कायद्याचं उल्लंघन होता कामा नये आणि आपण समाजाशी समरस होऊन राहिलं पाहिजे. आपलं मुख्य घोषणापत्र हे आहे आणि आपण त्याचं कडक पालन केलं पाहिजे. आपण हे केलं, तर शेअरबाजार आपल्याला बक्षीस देवो अगर न देवो; काही फरक पडत नाही. ह्या

सगळ्या अल्प काळच्या गोष्टी असतात, त्यांच्यासाठी आपण आनंदानं वेडं होण्याची जरूर नाही किंवा निराश होऊन खचून जाण्याचीही!

लोक म्हणतात, की भारतातले संभ्रमित बुद्धी झालेले लोक आता सिलिकॉन व्हॅलीत आहेत. आपल्याला काय वाटतं?

– पंचवीस वर्षांपूर्वी जर मला कोणी विचारलं असतं, की भारतीयांनी परदेशी जावं का, तर मी म्हटलं असतं, 'नाही!' आज माझा दृष्टिकोन अगदी वेगळा आहे. आज देशाला जरूर आहे चांगल्या ब्रॅन्ड भागीदारीची, जी बुद्धिवान भारतीय तरुण परदेशात स्थायिक होण्यानं पुरी होईल. ह्या गोष्टीत मला काही वाईट दिसत नाही. जर कोणाला जास्त चांगलं ज्ञान मिळत असेल, तर त्याला प्रोत्साहन दिलं पाहिजे, त्यांचं कौतुक केलं पाहिजे, त्यांचं स्वागत केलं पाहिजे आणि त्याला भावनात्मक सहकार्य दिलं पाहिजे; कारण हे सगळे भारताची इतर देशांशी भागीदारी वाढवण्याचं मोठं काम करत आहेत.

इथे भारतात राहून 'मेरा भारत महान' म्हणणं फारच सोपी गोष्ट आहे. आर्थिक शक्ती हीच एकमात्र गोष्ट आहे, जी आजच्या जगात महत्त्वाची मानली जाते. आपण सर्वांनी विदेशी लोकांच्या डोक्यात हे ठसवलं पाहिजे, की भारतीय लोकही हे करू शकतात. खरं तर सिलिकॉन व्हॅलीत ही गोष्ट पूर्वीही झालेली आहे. जर एखाद्या भारतीय माणसानं एखादी अवघड जबाबदारी उचलली, तर त्या कामाशी संबंधित धनवान लोक त्याच्याकडे सकारात्मक दृष्टीनं बघतील. आपणा सर्वांना ह्या देशाला बदलावं लागेल, ज्यामुळे आपण आपल्या माणसांना इथेच थांबवू शकू; एवढंच नाही, तर तिकडे गेलेल्यांपैकी काहींना परत येण्यास आकर्षित करू.

खूप काम करणाऱ्या पुढच्या पिढीला आपण काय सल्ला द्याल?

– लवकर झोपा, लवकर उठा आणि प्रचंड मेहनत करा. ज्या लोकांमध्ये काम करण्याची शक्ती आहे, त्यांना बाजारपेठ बघून योजना करावी लागते आणि त्यासाठी संधी शोधावी लागते. त्यांना एक टीम बनवावी लागते; जी परस्परांना पूरक, विशिष्ट लोकांची असेल, पण सामूहिक तऱ्हेनं सर्व विषयांमधे पारंगत आणि काही मूल्यप्रणाली ठेवून त्यांप्रमाणे काम करणारी असेल. खूप काम करण्याची शक्ती असणं हे मॅरेथॉन पळण्यासारखं काम आहे; शंभर मीटर्सच्या लहान शर्यतीसारखं नाही.

पैशांचं आपल्यासाठी काय महत्त्व आहे?

– अमुक एका पातळीचं आरामशीर आयुष्य झालं, म्हणजे माझ्या मते

कोणतीही संपत्ती ही समाजाच्या स्वास्थ्यासाठीच असते, असं समजावं. माझ्या साथीदारांनाही असंच वाटतं. संपत्ती 'देऊ' शकण्यातच संपत्तीची शक्ती सामावलेली आहे. हे स्पष्ट आहे, की सध्या आहे ते हळूहळू वाटून टाकण्यात येईल. परंतु ह्यात शंकाच नाही, की आमच्याकडे जे काही आहे, त्याचा बराच हिस्सा लोकांच्या सुखसोईंसाठी वापरण्यात येईल.

पैशांसाठी नाही, तर मग कशासाठी आपण कामात मग्न राहता?

– अमेरिकेत एक म्हण आहे– पिनबॉलच्या खेळात एक बक्षीस असतं, पुढील खेळात खेळण्याची संधी मिळणं. बहुतेक सगळ्या परिस्थितीत, प्रवासाचा आनंद हा इष्ट स्थळी पोचण्याच्या आनंदापेक्षा जास्त असतो.

♦♦♦

संदर्भ ग्रंथसूची

पुस्तकं

१) अ ड्रीम स्टोरी :- सुधा नारायण मूर्ती

२) द वर्ल्ड इन अवर हँड्स :- सुधा नारायण मूर्ती

नारायण मूर्तींच्या मुलाखती

१) जानेवारी २०००	:-	नाझनीन कर्माली (सेमिनारमध्ये)
२) जानेवारी २०००	:-	मूर्तिश नंदी (rediff.com)
३) जुलै २०००	:-	बॉब डॉवलिंग, ख्रिस्तोफर पॉवर आणि शेरी प्रासो (बिझिनेस)
४) ऑक्टोबर २०००	:-	जॅकी बॅरेल ('अपसाइड' आणि www.siteboard.de)
५) फेब्रुवारी २००३	:-	बॉब हेवर्ड (द गार्टनर)
६) ऑगस्ट २००४	:-	अमित त्रिपाठी (सी.एक्स.ओ. टुडे)
७) नोव्हेंबर २००४	:-	नीरेन चौहान (सी.ई.ओ. स्पीक/ www.indiainfoline.com)

इतर

१) सुधा नारायण मूर्तींची मुलाखत :- अरुणा श्रीनिवासन (टाइम्स ऑफ इंडिया, डिसें. २०००)

२) नंदन नीलेकर्णींची मुलाखत :- (द टाइम्स ऑफ इंडिया, एप्रिल २००२)

व्याख्यानं, लेख इ.

१) बिल्डिंग अ जायन्ट फ्रॉम स्क्रॅच :- व्याख्यान– नारायण मूर्ती (व्हार्टन स्कूल, अमेरिका)

२) इन्फोसिस कंपनी हिस्ट्री (इकॉनॉमिक टाइम्स)

३) हाऊ टु इन्व्हेस्ट :- बी. आर. श्रीकांत आणि कृष्णप्रसाद (आउटलूक, १९ जून २००२)

४) द स्टार ऑफ इंडिया, व्हर्जन २.० :- (सेतुरमण दिनकर – सी.एफ.ओ. एशिया)

५) फेअरवेल, इंडियन हीरो नारायण मूर्ती रिटायर्स :- (विवेक दास – सिलिकॉर्नियर्स, एप्रिल २००२)

६) नारायण मूर्ती टु पटणी :- वुइथ लव्ह (इकॉनॉमिक टाइम्स, १६ ऑक्टोबर २००२)

७) इन्फोसिस टेक्स द लीप :- श्रीनिवास कोनकांची (सिलिकॉन इंडिया, मे १९९९)

८) सिम्पल, सेल्फलेस, सुपर रिच :- क्लिफर्ड साहनी (www.lifepositive.com)

९) टेलिकॉम अ‍ॅन्ड सॉफ्टवेअर : - ट्रेंड्स अ‍ॅन्ड फ्युचर इन साऊथ एशिया (सलमान सईद)

१०) द सुधा फॅक्टर इन इन्फोसिस
शेअर होल्डर :- रशिदा भगत (ऑगस्ट २०००)

११) द सॉफ्टवेअर इंडस्ट्री इन इंडिया :
ऑपॉर्च्युनिटी ॲन्ड चॅलेंजेस :- व्याख्यान – नारायण मूर्ती यांचे (हाँगकाँग आशियाई समाज)

१२) वुई मस्ट लर्न फ्रॉम द वेस्ट :- व्याख्यान – नारायण मूर्ती (लालबहादूर शास्त्री मॅनेजमेंट इन्स्टिटयूट)

१३) कम्युनिझम :- बिगेस्ट हर्डल टु इकॉनॉमिक ग्रोथ : व्याख्यान – नारायण मूर्ती (दरबारी शेठ स्मृती व्याख्यान)

१४) इन्फोसिस टेक्नॉलॉजी लिमिटेड – प्रो. जितेंद्र सिंहांच्या मार्गदर्शनाखाली भैरव त्रिवेदी (व्हार्टन स्कूल)

मासिकं आणि वर्तमानपत्रं

- कल्की
- टाइम्स ऑफ इंडिया
- द ट्रिब्यून
- सॅव्ही
- बिझिनेस वीक
- द इंडियन एक्स्प्रेस
- फायनान्शियल एक्सप्रेस
- इकॉनॉमिक टाइम्स
- द हिंदू
- डेटा क्वेस्ट
- फोर्ब्ज
- टाइम
- बिझिनेस स्टँडर्ड

वेबसाइट्स

1) www.google.com
2) www.infy.com
3) www.karnataka.com
4) www.zdnetindia.com
5) www.indiainfo.com
6) www.rediff.com
7) www.sify.com
8) www.onlypunjab.com
9) www.mumbai-central.com/nukkad
10) www.infosys.com/about/all_awards.asp

◆◆◆